# பாண்டியம்மை

2022

நந்தினி சுகுமாரன்

Made with ♥ on the Notion Press Platform
www.notionpress.com

# பொருளடக்கம்

# முன்னுரை

பாண்டியம்மை..

எனது முதல் குறுநாவல் முயற்சி. நம் மக்களில் குல-தெய்வ வழிபாடு என்ற ஒரு முறை உண்டு. தலைமுறை தலைமுறையாய் அதைத் தொடர்ந்து வருகின்றனர்.

அந்த குலதெய்வங்கள், பொதுவான தெய்வத்தின் பெய-ரைக் கொண்டதாய் அல்லாது, சில தனித்துவமான பெய-ராகவும் அதுவும் நம்மிடையே வாழ்வோர் அல்லது நமக்கு முந்தைய தலைமுறையில் வாழ்ந்தோரின் பெயராகவோ இருக்கும். அத்தெய்வத்தைப் பற்றிய கதையைக் கேட்டால், உண்மையாய் வாழ்ந்தவரையே மக்கள் கடவுளாக வழிபட்டு வந்திருப்பதை அறியலாம்.

அப்படியான கதைதான் இது. பாண்டியம்மா என்றொரு பெண்மணி, தனது அடுத்த தலைமுறைக்கு எப்படி தெய்வ-மாக மாறுகிறார் என்பதே இந்நாவல்.

தங்களின் ஆதரவையும் கருத்தையும் எதிர்நோக்கி..

நந்தினி சுகுமாரன்.

எனது புத்தகங்களைப் பற்றிய விபரங்கள் மற்றும் அதனைத் தள்ளுபடி விலையில் பெற கீழ்காணும் மின்னஞ்சலில் தொடர்பு கொள்ளவும்.

Email : nandhinisugumarannovels@gmail.com

# என்னுரை

வணக்கம் வாசக தோழமைகளே..

நான் நந்தினி சுகுமாரன். இது எனது புனைப்பெயர். நந்தினி என்ற பெயரின் மீது ஏற்பட்ட ஈர்ப்பால் அதனோடு எனது தந்தையின் பெயரை இணைத்து, புனைப்பெயரில் எழுதி வருகிறேன்.

நேரம் கடத்துவதற்காக வாசிக்க துவங்கி, பின் அதுவே என் முழுநேர சுவாசமாகிப் போனது. வாசித்த கதைகளின் தாக்கத்தால் எனக்குள்ளும் கற்பனைகள் வளரத் துவங்கின. நான்காண்டுகள் வாசகியாக மட்டுமே இருந்த நான், 2018 ஆண்டு செப்டம்பர் மாதம் எனது எழுத்துப் பயணத்தைத் துவக்கினேன். இதுவரை 2 குறுநாவல், 15 முழுநாவல்கள், சில சிறுகதைகள் எழுதியுள்ளேன.

நோஷன் பிரஸ் என்ற இணையதள வெளியீட்டின் மூலம் எனது சொந்த முயற்சியில் 11 நாவல்கள் புத்தகங்களாக வெளிவந்துள்ளன. முகநூல் வாசகர்களுக்கும் சற்று அறிமுகமான நபர்தான்.

நந்தினி சுகுமாரன் என்ற பெயரைப் பின்தொடர்ந்து, எனது தொடர்கதைகளை வாசிக்கலாம். வாசகர்கள் தரும் கருத்துக்களே மிகப்பெரும் அங்கீகாரம் எழுத்தாளருக்கு.

nandhinisugumarannovels@gmail.com என்ற மின்னஞ்சல் முகவரியில் எனது எழுத்தைப் பற்றிய தங்களின் கருத்துக்களைப் பகிர்ந்து கொள்ளுங்கள்.

என்றும் உங்கள்..

நந்தினி சுகுமாரன்.

# பாண்டியம்மை

## 1

இருபதாம் நூற்றாண்டின் பிற்பகுதி..

மேற்குத் தொடர்ச்சி மலையின் ஓரம்..

இடைவெளி இல்லாது மனிதர்களுடன்.. மற்ற ஐந்தறிவு ஜீவன்களையும் ஏற்றிக் கொண்டு ஆடி அசைந்து வந்த, அந்த அரசுப் பேருந்து பிரதான சாலையில் இருந்த நிழற்குடையின் முன்பு நின்றது.

"ஏய்.. இந்தா.. கொஞ்சம் நகர்ந்து வழியை விடுங்கய்யா. கண்டெக்டர் காரன் சத்தம் கொடுத்திடப் போறியான்!" என்று அதட்டலாய்க் குரல் கொடுத்தபடியே.. வழியில் நின்றிருந்த மனிதர்களை விலக்கிக் கொண்டு, பேருந்தில் இருந்து இறங்கினார் பாண்டியம்மா. அவரைத் தொடர்ந்து, மதன கோபாலும்!

"ச்சை இப்படியா அசையாம நிப்பானுங்க! என்னமோ மாட்டை அடைச்சுக் கொண்டு போறது மாதிரி, மனுசனை அடைச்சுக் கொண்டு வரியான் பஸ்ஸுக்காரன்!" என வாய்விட்டு உரைத்தபடியே அவர் ஊருக்குள் செல்லும் பாதையில் நடக்க.. கோபால், "ஆமாம்மா.. கூட்டத்துல நசுக்கிச் சக்கையா ஆக்கிட்டானுங்க!" எனத் தன் பங்கிற்கு உரைத்தான்.

"சரி சரி விரசா வா.." என்று காலணி இல்லாத கால்களுடன், இடதுகைத் தோள்பட்டையில் சுமையைத் துணியில் கட்டி சுமந்தபடி.. வேக எட்டுகளில் பஞ்சத்தில் வறண்டு போயிருந்த ஊரைக் கண்டு பெருமூச்சு விட்டபடியே, காமாட்சியைக் காணும் ஆவலில் சென்று கொண்டிருந்தார்.

அது பாண்டியம்மாவின் பிறந்த ஊர்தான். ஆனால் பெற்றெடுத்தவர்கள் தற்போது உயிரோடு இல்லை. ஆரம்பத்தில் அரிதாரம் பூசும் உறவுகளை ஏற்காது விலக்கி வைத்தவர், நாளடைவில் அதை முற்றிலுமாய்த் துண்டித்துவிட்டார்.

பிறந்த ஊரோடு அவருக்கு இருக்கும் ஒரே உறவு, அவரின் ஒன்றுவிட்ட தம்பி ஜக்கையன் மட்டும் தான்! தற்போது அவர் பாண்டியம்மாவிற்குத் தம்பி மட்டுமல்ல.. தமக்கை உறவில் இருப்பவரின் மகனுக்குப் பெண் கொடுத்த சம்பந்தியும் ஆவார்.

நான்கு நாட்களுக்கு முன் சீமந்தம் செய்து அனுப்பி வைத்த மருமகள் காமாட்சியைப் பார்ப்பதற்காகத்தான், மகனோடு சென்று கொண்டிருக்கிறார் பாண்டியம்மா.

"ஏம்மா என்னத்துக்கு இப்படி நடக்க வைக்கிற? காலு நோவுது! வண்டிமாடு பூட்டிக்கிட்டு, அந்தப் பஸ்ஸுல இடிபடாம வந்திருக்கலாம்ல..?" எனக் கோபாலன் ஆலோசனை வழங்க, "அட பொசக்கெட்டப் பயலே.. காளையை வண்டிமாடுப் பூட்டிக் கொண்டாந்தா, அங்க உங்கப்பாரு உழவுக்கு என்ன செய்யிவாரு..?"

"ஆமால்ல..?"

"கல்யாணம் கட்டிவச்சா புத்தி வரும்னு பார்த்தாக்க, போகப் போக அது மழுங்கித்தான் போவுது! உன்னைய வச்சிக்கிட்டு என் மருமவ எப்படித்தான் காலம் தள்ளப் போறாளோ தெரியல!" என்றவர் இடது தோளில் இருந்த சுமையை, வலது தோளிற்கு மாற்றினார்.

தாய் உரைத்தது எதையும் காதில் வாங்காது, இடது காதில் சொருகி வைத்திருந்த பீடியை எடுத்து பற்ற

வைத்துக் கொண்டு, புகையை வெளிவிட்ட படி நடந்தான் கோபால்.

மகனைப் பற்றி அறிந்தவர் எதுவும் பேசாது பக்கத்தில் திரும்பி அவனை ஒருமுறை முறைத்துவிட்டு, உச்சியில் நின்றிருந்த சூரியனை நிமிர்ந்து நோக்கி நேரத்தைக் கணக்கிட்டார்.

'மணி பன்னிரண்டைக் கடந்திருக்கும்!' என உணர்ந்தவர், "ஏடேய் கோபாலு, நேத்து சந்தைக்கு வந்த உன் மாமன்கிட்டச் சொல்லித்தான விட்ட, இன்னைக்கு நாம வாரதை..?"

"சொல்லிட்டேன் ம்மா..?"

"விரசா போவணும் டா. வயித்துப் பிள்ளைக்காரிப் பசியோட இருப்பா! வளைவிப் போட்டுக் கிளம்புறப்ப முகமெல்லாம் அதப்பா (வீக்கமாக) இருந்திச்சு. தடுமம் (சளி) பிடிச்சிக்கிச்சு போலப் பிள்ளைக்கு! போயி இந்தச் சேவலோட தலையைத் திருகி, மருமவளுக்குச் சாறு வச்சுக் கொடுத்தாத்தான்.. தட்டுக்கெட்டுக் குதிக்கிற இந்த மனசு கொஞ்சம் உறங்கும்!"

"அவ அதெல்லாம் நல்லாத்தான் இருந்தா. நீயாவும் எதுனா சொல்லாத ம்மா!"

"என்னத்த நல்லா இருந்தா, வழியனுப்பி வைக்கிறப்ப உன் சம்சாரத்துக்கிட்ட எதுனா ரெண்டு வார்த்தைப் பேசினியா இல்லையா நீ..?"

"பேசினேனே.. நான் ஊருக்குப் போனதும் வீட்டுலயே படுத்துக் கிடக்காம, கொஞ்சம் வேலை வெட்டி எதுக்காது போ மாமான்னு சொன்னா.!"

"ஹோ.. பதிலுக்கு நீ என்ன சொன்ன.?" எனப் பாண்டியம்மா சலனமின்றிக் கேட்க, "அதான் நெதமும் மூணு நேரம் எங்கம்மா கஞ்சி ஊத்துது இல்ல. என்னைய என்னத்துக்கு வேலைக்குப் போகச் சொல்லுதன்னு கேட்டேன்!"

"அதான.. சம்சாரத்து மேல பாசம் வந்து எதுவும் சரின்னு தலையாட்டிப் புட்டியோன்னு நினைச்சேன்!

கல்லைக் கட்டித் தொங்கவிட்டாலும் நாயி வாலு நிமிருமா..?" எனப் பெருமுச்சு விட்டவர், "கட்டி வச்சிருக்கிற சேவலோட வாயைக் கொஞ்சம் அவிழ்த்துவிடு கோபாலு! வீட்டுக்கு போறதுக்கு முன்னாடி, மூச்சுமுட்டி அதோட உசுரு போயிடப் போவுது!"

"ம்ம்.. சேரிம்மா.." என்றவன் அடுத்த நொடியே, "எம்மா சேவலு..?"

மகனது குரலில் திரும்பி அவனின் கைகளைக் கண்டவர், "எங்கடேய் சேவலு..?"

"பஸ்ஸூல கையில பிடிக்கதுக்குச் சிரமமா இருக்குதுன்னு சீட்டுக்கு அடியில வச்சிருந்தேன் மா!"

"கூறு கெட்ட கூப்பறை! ரெண்டு சேவலைப் பிடிக்கக் கை நோவுதோ..? எனக்குன்னு வந்து வாய்ச்சிருக்கப் பாரு! போடேய்.. விரசா போய், அந்தப் பஸ்ஸைப் பிடிச்சுச் சேவலைக் கொண்டா!"

"எம்மா.. இன்னியேரம் அது ரெண்டு ஊரு கடந்து போயிருக்கும்!"

"ஏன் திங்கிறது எல்லாம் எங்கன போவுது? ஓடிப்போயிச் சேவலைக் கொண்டா, இல்ல அப்படியே போயிடு!" என மகனை வறுத்து அனுப்பிவிட்டு, "ஆக்கஞ் செத்தக் கூவ! கூறு கெட்டப் பயலுக்கு, குச்சி வீட்டுச் சமாச்சாரம் மட்டும் எப்படித்தான் தெரிஞ்சிச்சோ.? கட்டிவச்ச மறு மாசமே, அவ வயித்தை ரொப்பிட்டான்! இனிமேலுக்கு இவனோட சேர்த்து, மூணு பேத்துக்குக் கஞ்சி ஊத்தணுூஊ.." எனத் தன் போக்கில் பேசிக் கொண்டே நடந்தவர், கண்ட காட்சியில் உறைந்து நின்றார்.

பாண்டியம்மாவின் மருமகள் காமாட்சி, தன் மாமன் மகன் செல்வராசுவின் கையைப் பிடித்தபடி நின்று பேசிக் கொண்டிருந்தாள்.

அவனின் கண்களில் காதலும் ஆசையும் தழும்பி நிற்க, அவளோ தன் காதலனை ஏக்கத்துடன் பார்த்திருந்தாள். அவர்களின் பேச்சொலி செவியில் விழவில்லை எனினும்.. சைகைகளையும்,

உடல்மொழியையும் பெரியவரால் நன்றாகவே உணர முடிந்தது.

பாண்டியம்மா ஏற்கனவே காமாட்சியின் காதலைப் பற்றி அறிந்திருந்தார் தான். திருமணம் முடிந்து நாட்கள் சென்றால்.. அவள் அனைத்தையும் மறந்து விடுவாள் என்ற நம்பிக்கையில் தான், துணிந்து தன் மகனுக்கு ஒன்றுவிட்ட தம்பியின் மகளை மணமுடித்து அழைத்து வந்தார்.

காமாட்சியும் செல்வராசும் பருவம் எய்துவதற்கு முன்பிருந்தே காதலர்கள். அத்தை மகள், மாமன் மகனாய் இருந்தவர்களுக்குள் எப்பொழுது அந்த உணர்வு துளிர்த்ததென்றே தெரியவில்லை.

இருவீட்டுப் பெரியவர்களுமே திருமணம் செய்து வைக்கும் முடிவில் இருந்ததால், இளையவர்களின் போக்கிற்கே விட்டுவிட்டனர்.

காமாட்சியும் செல்வராசுவும் உடலால் ஒன்றுகூடி தாம்பத்யம் தான் நடந்தவில்லையே தவிர, மனதளவில் கணவன் மனைவியாகத் தான் வாழ்ந்து வந்தனர். அவளின் தேகத்தில் அவனின் கைப்படாத பாகம் இல்லை. அது காதலினால் மட்டுமே அன்றி, காமத்தை நோக்கிச் சென்றதில்லை.

இவர்களின் காதல் விவகாரம் ஊர் மொத்தமும் அறிந்த ரகசியம்! பாண்டியம்மாவிற்கு மட்டும் தெரியாமல் போகுமா என்ன..?

சொத்துப் பிரிப்பது சம்மந்தமாக மாமன் மச்சினனுக்கு இடையே ஏற்பட்ட கருத்து வேறுபாடு.. சண்டையாய் மாறி இரு குடும்பமும் பிளவுபட்டுப் போக, இளையவர்களின் காதலும் பிரிக்கப்பட்டது.

அழுது, ஆர்ப்பாட்டம் செய்து, உண்ணா நோன்பிருந்து, ஊமை நாடகம் நடத்தி எனக் காமாட்சி தன் விருப்பத்தை வெளிப்படையாய்ப் பெற்றவர்களிடம் தெரிவித்தும், அவர்களின் மனம் மாறவில்லை.

"மாமனைக் கட்டி வைக்கலைன்னா அரளி விதையை அரைச்சுக் குடிச்சுப்புடுவேன் எப்போய்!" என்ற மகளிடம், "நீயி மட்டும் அவனை மறக்கலேன்னா.. நானு, உன் எம்மை, ரெண்டு தங்கச்சிக நாலு பேரும் கிணத்துல குதிச்சுப் புடுவோம்!" என மிரட்டினார் ஜக்கையன்.

நாட்களை நகர்த்தாமல், உடனே மகளுக்குத் திருமணம் செய்ய நினைத்து.. பாண்டியம்மாவிடம் சென்று பேசினார்.

'உத்தியோகம் புருஷ லட்சணம்! என்பதைக் கூட உணராமல்.. மூன்று வேளை கஞ்சியைக் குடித்து, பீடியை வழித்துப் புகைவிட்டுக் கொண்டிருக்கும் தன் மகனுக்கு எவர் பெண் கொடுப்பார்?' என்று சிந்தித்த கோபாலின் அன்னையும், காமாட்சியை மருமகளாக்கிக் கொள்ளச் சம்மதித்தார்.

திருமணம் ஆன நாள் தொட்டு கணவனும் சரி, புகுந்த வீட்டினரும் சரி.. எந்தக் குறையும் உரைக்கும் அளவிற்குக் காமாட்சி நடந்து கொள்ளவில்லை.

பாண்டியம்மாவிற்கு மாட்டுத் தொழுவத்தைச் சுத்தம் செய்வதில் இருந்து, நெல்லை அவித்துப் புடைத்து அரிசிப் பிரிப்பது வரை அனைத்துப் பணிகளிலும் உதவி செய்தாள். உண்மையில் அவள் மாமியார் மெச்சும் மருமகளாகத்தான் இருந்தாள், கடந்த சில நொடிகளுக்கு முன்பு வரை!

சற்றும் எதிர்பாராமல் காமாட்சியுடன் செல்வராசுவைக் கண்ட பாண்டியம்மாவிற்கு நெஞ்சம் படபடத்துத்தான் போனது. பொது இடத்தில் எதுவும் கேட்டு, ஊராரின் வாய்க்கு அவலாக மாற விரும்பாது.. ஜக்கையனின் வீட்டை நோக்கி நடந்தார்.

அவளின் மேடிட்ட வயிற்றைக் கனிவுடன் பார்த்த ராசு, "எப்ப மாசம் காமு..?"

"இதுதான் மாமு.. எப்ப வேணுன்னாலும் வலி வரலாமுனு எம்மா சொல்லுச்சு!"

"பொட்டப் பிள்ள பெத்துக்கணும்னு ஆசையா இருக்குடி!"

"என்ன பிள்ளைன்னு பிறந்ததுக்கு அப்புறம் தான தெரியும் மாமு!" எனச் சிரித்தவளின் வயிற்றைத் தொட்டுப் பார்த்து உள்ளிருக்கும் சிசுவின் அசைவில் சிலிர்த்தவன், "பிள்ளையை என்கிட்டக் கொடுத்திடுதியா காமு..?"

சற்றே அதிர்ந்தவள், "என்ன மாமு சொல்லுற.?"

"நீதான் எனக்கு இல்லையினு ஆகிப் போச்சு. உன் பிள்ளைய வச்சிக்கிடுதேனே..?" என்றவனுக்கு என்ன பதில் உரைப்பது என்று புரியாமல் கண்களில் நீரோடு, செல்வராசுவின் தோளில் சாய்ந்து கொண்டாள் காமாட்சி.

## 2

இல்லத்தின் வெளித்திண்ணையில் அமர்ந்திருந்த மாமியாரைக் கண்ட காமாட்சி, "வாங்க அய்த்த.!"

மருமகளின் வினாவிற்குப் பதிலளிக்க விருப்பமில்லாது, "வயித்துப் பிள்ளயோட இந்த உச்சி வெயிலுல எங்கன போயிட்டு வார..?"

"மாமன பார்த்திட்டு வர்றேன் அய்த்த! உள்ளார வாங்க, ஏன் வெளியவே உட்கார்ந்திட்டீங்க.? எம்மா, எப்போய்.." எனக் குரல் கொடுக்க.. தயக்கமும் மழுப்பலும் இல்லாத அவளின் நேரடியான பதிலை மனதில் மெச்சி கொண்டு, அத்தோடு பார்வையாலும் ஆராய்ந்தவாறே, "உள்ளார எவரையும் காணோம்!" என்றார் பாண்டியம்மா.

"எங்கன போனாங்கன்னு தெரியலயே..?" என்றபடியே அவள் உள்ளே செல்ல, "நீ எப்பப் போன..?"

"காலையிலயே போயிட்டேன் அய்த்த!"

"இம்புட்டு நேரமும் உன் மாமன் வீட்டுலயேவா இருந்த..?"

"இல்ல அய்த்த, ரெண்டு வார்த்தைப் பேசிட்டு.. அப்படியே கருப்பன் கோயிலுக்குப் போயி உட்கார்ந்து இருந்திட்டு வாரேன்!" கண்களில் சலனம் துளியும் இல்லை, சொற்கள் தடுமாற்றம் இல்லாமல் இயல்பாய் வந்து விழுந்தன.

தான் காமாட்சியைப் பார்த்த இடத்திற்கு அருகே தான் கருப்பன் கோவில் என அறிந்தவர்.. அதற்கு மேல் அவளிடம் அழுத்தமாய்க் கேட்க விரும்பாது, "அட கூறு கெட்டவளே.. நிறை மாசத்தோட கருப்பன் கோயிலுக்குப் போயிருக்க..?"

பதிலளிக்காது புன்னகைத்தவளைக் கண்டு பெரியவரின் மனம் கலங்கியது.

"உன் மாமனைப் பார்க்கப் போனது ஜக்கையனுக்குத் தெரியுமா..?" என விசாரிக்கும் போதே காமாட்சியின் தாயார் பதற்றத்துடன் ஓடி வந்தார்.

"ஏன்டி ---- எங்கனடி போன இம்புட்டு நேரமும்..?"

அவள் அசட்டையாய், "ஏன் என்னத்துக்குக் கேட்கிற.?"

"எப்ப வலி வருமோன்னு நான் பயந்துக்கிட்டுக் கிடக்கேன், நீயி என்னமோ எவளோ பிள்ளைப் பெத்துக்கிட போறா, எனக்கென்ற மாதிரி அசட்டையா பேசுறவ..?"

"அது பாட்டுக்குத் தானா வலி வந்து, அதோட சேர்த்துப் பிள்ளையும் வெளிய வந்து புடப் போகுது! இதுக்குப் போயி என..." அடுத்து அவள் பேசும் முன், ஜக்கையனின் கைவிரல்கள் நிறைமாதக் கர்ப்பிணி என்றும் பாராது மகளின் முதுகினில் அழுத்தமாய்ப் பதிந்தது.

வலியை விட எரிச்சல் அதிகப்படியாய் இருக்க, "எம்மா.." என்று அலறியபடி தடுமாறி கீழே விழுந்தாள் காமாட்சி.

மருமகளின் மேடிட்ட வயிறு தரையைத் தொடும் முன்னரே தாங்கிப்பிடித்த பாண்டியம்மா, "ஜக்கா என்னய்யா இது? ரெண்டு உசுரா இருக்கிறவளை இப்படிக் கை நீட்டலாமா..?"

"நானு இப்படிச் செஞ்சதுக்குக் காரணம் இருக்கு கா.. இவ என்னத்தைச் செஞ்சிட்டு வந்திருக்கான்னு தெரியுமா..?"

"அப்படி என்னத்தைச் செஞ்சிட்டாளாம்..?"

‘செல்வராசுவிற்கும் மகளிற்குமான ரகசிய சந்திப்பை எப்படி உரைப்பது?’ என்று தடுமாறியவர், "வாழ்க்கையைக் கெடுத்துக்காத, அம்புட்டுத்தான் சொல்லுவேன்!" என்று காமாட்சியிடம் மிதமிஞ்சிய கண்டிப்புடன் உரைத்தார்.

"என் வாழ்க்கையைப் பார்த்துக்க எனக்குத் தெரியும், நீ எந்தத் தைரியத்துல என்னைய அடிச்ச..?" என வினவிய மகளை அவர் அதிர்ச்சியுடன் பார்க்க, "உன் மகளா இருந்தப்ப.. அவனைப் பார்க்கப் போகாத, பேசாத, பழகாதன்னு சொன்ன. அது சரி! இப்பதான் நானு உன் மக இல்லையே? அப்புறம் என்ன *** அவனோட பேசுனதுக்காக என்னைய அடிச்ச..?"

‘சம்மந்திக்கு விசயம் தெரிந்துவிடுமே!’ எனப் பயந்து போன அவளின் தாயார் மகளின் வாயை அடைப்பதற்காக, "காமாட்சி!" என்று கை ஓங்க.. அதைத் தடுத்துப் பிடித்தவள், "நான் மாமனை அப்படித்தான் பார்ப்பேன், பேசுவேன், பழகுவேன். ஏன் பிள்ளையைக் கூடப் பெத்துக் கொடுப்பேன்! எவரும் என்கிட்ட எதுவும் கேட்டுட முடியாது! இவனுக்குத்தான் பிள்ளைப் பெத்துக்கணும்னு, சுமக்கிற நான்தான் அதை முடிவு செய்யணுமே தவிர, நீங்க இல்ல!" என்றவள் வெளிவரக் காத்திருக்கும் குழந்தையின் அதிகபட்ச அசைவுகளோடு வீட்டிற்குள் சென்றாள்.

ஜக்கையனும், அவரின் மனைவியும்.. அதிர்ச்சியிலும் அவனமானத்திலும் கூனி குறுகி நிற்க, அவர்களைக் கண்டு புன்னகைத்த முகத்தோடு உள்ளே நுழைந்தார் பாண்டியம்மா.

தேகமெங்கும் வியர்த்துச் சிவந்திருந்த முகத்தோடு அதிகப்படியாய் மூச்சுவாங்கிக் கொண்டு சுவற்றில் சாய்ந்து, இரு கால்களையும் விரித்து நீட்டியபடி அமர்ந்திருந்த மருமகளின் நெஞ்சைத் தடவிவிட்ட பெரியவர், "இந்தா தண்ணியைக் குடி!" என நீரை நீட்டினார்.

வாங்கி அருந்தியவளின் கண்களில் நீர் துளிர்க்க, "என்னத்துக்கு உன் மாமனைப் பார்க்கப் போன..?"

"அதைப் பார்த்து நெம்ப நாளு ஆச்சு அய்த்த! கல்யாணம் முடிஞ்சதும் ஆடிக்கு ஊருக்கு வந்தப்ப, ரெண்டு தடவைப் பார்த்தது. அதுக்கு அப்புறம் தான் மாசமாகிட்டேன்னு ஊருக்கே வரலயே! கண்ணுக்குள்ளேயே இருந்திச்சு, அதான் ஒரு எட்டு பார்க்கலாமுனு போயிட்டு வந்தேன்!"

"பார்த்திட்டு மட்டும் தான் வந்திட்டியா, பேசலயா..?"

"பேசினேனே.!"

"என்ன பேசின..?"

"எப்ப கல்யாணம் கட்டிக்கப் போறன்னு கேட்டேன். மனசுல நினைச்சவளை மறக்க முடியல, எப்படி இன்னொருத்தியைக் கட்டிக்கிறதுன்னு சொல்லீடுச்சு. ஆயுசுக்கும் அந்த நினைப்பே போதும்னு சொல்லுது!" என்றவளின் சொற்களில் வலி நிறைந்து தளும்பியது.

'பெற்றவர்களிடம் அவ்வளவு தூரம் அவள் பேசியதற்குக் காரணம் என்ன?' என்று உணர்ந்து கொண்ட பாண்டியம்மா, "சரி போயி மூஞ்சியைக் கழுவு!" என மருமகளை அனுப்பிவிட்டு வெளியே எட்டிப் பார்க்க.. கண்களில் ரௌத்திரத்துடன் நின்றிருந்தான் மதனகோபால்.

சற்றுமுன் நடந்த அனைத்தையும் கவனித்திருந்தவன்.. அவனது வரவை அறிந்து வாயிலுக்கு வந்த காமாட்சியிடம், "அவனுக்குப் பிள்ளைப் பெத்துக் கொடுக்கிறதுக்கு, என் கையால ஏன்டி தாலியைக் கட்டிக்கிட்ட..?" என்று முகத்தில் எச்சிலை உமிழ்ந்துவிட்டு, கையில் இருந்த இரு சேவல்களையும் அவளின் மீதே தூக்கி வீசிவிட்டுச் சென்றான்.

காமாட்சியிடம் சற்றே அதிர்ந்த பார்வையைத் தவிர, வேறு எந்த மாற்றமும் இல்லை. சில நொடிகளில் வலியினால் அவளின் முகம் சுருங்க, கால்களுக்கிடையே நீர் வெளியேறிக் கொண்டிருந்தது.

பனிக்குடம் உடைந்து விட்டதைக் கண்ட பாண்டியம்மா.. மருமகளின் கைப்பிடித்து உள்ளே அழைத்துச் சென்று படுக்கவைக்க, ஐக்கையன்

மருத்துவச்சியை அழைத்து வரச் சென்றார்.

காமாட்சியின் அன்னை சுடுநீர் வைத்து பிரசவத்திற்கான ஏற்பாடுகளைக் கவனிக்க, சிறிது நேரத்தில் வலி ஆரம்பம் ஆகியது.

ஆண் குழந்தை பாண்டியம்மாவின் கைகளில் வந்துவிழ, பெயரனைக் கண்களில் நீரோடு பார்த்துப் பூரித்துக் கொண்டிருந்தார்.

அந்த மகிழ்ச்சியின் அளவீடு அடுத்த நொடிக்குப் பயணிக்கும் முன்னரே.. அயர்வினால் கண்களை மூடிக்கொண்டிருந்த மகளின் கன்னத்தில் தட்டிய காமாட்சியின் அன்னை, அவளை நன்றாகத் தெளிய வைத்து, "இந்தப் பிள்ளை யாரோடது டி..?" என்று வினவ, சுற்றியிருந்த அனைவரும் அதிர்ச்சியில் உறைந்தனர்.

கண்கள் மின்ன அன்னையைக் கண்ட காமாட்சி.. சிரித்துவிட்டுக் கண்களை மூடிக்கொள்ள, பாண்டியம்மாவிற்கு அதைக் கேட்டு அறிந்து கொள்ள வேண்டும் என்று தோன்றவில்லை. அதைவிடத் தன் மருமகளை அசிங்கப்படுத்தும் ஒரு செயலைச் செய்ய விருப்பம் இல்லாது, அமைதியாகவே இருந்து கொண்டார்.

இரண்டு நாட்கள் உடனிருந்து காமாட்சியைக் கவனித்துக் கொண்டவர்.. முப்பது நாட்கள் தீட்டுக் கழிந்ததும், தாயையும் சேயையும் தங்களது இல்லத்திற்கு அழைத்துச் செல்வதாய்க் கூறிவிட்டுக் கிளம்பினார்.

கோபாலின் தந்தை.. பெயரனை ஒருமுறை நேரில் வந்து பார்த்துவிட்டுச் செல்ல, குழந்தையின் தந்தையானவனோ.. மனைவியின் ஊர்பக்கம் எட்டிக்கூடப் பார்க்கவில்லை.

* * *

காமாட்சியிடம் அளவற்ற அன்பு கொண்டிருந்த செல்வராசு.. மாமனின் முறைப்படிச் சீரோடு அவளையும் குழந்தையும் பார்ப்பதற்காக வந்தான்.

குடும்பப் பகைக்காக, தன் மகளின் மனதில் தவறான எண்ணங்களை விதைத்து விட்டதாய்க் கூறி, அவனை

வாயிலிலேயே வைத்து ஐக்கையன் அடித்து அனுப்பிவிட.. தான் கொண்டிருக்கும் காதலுக்காக, அவமானத்தோடும் ஏமாற்றத்தோடும் வீடு வந்து சேர்ந்தான் அவன்.

கூடத்தில் புகைப்படத்திற்குள் சிரித்துக் கொண்டிருந்த தன் தந்தையைக் கண்டவன், கைக்குக் கிடைத்த பொருளைத் தூக்கி வீச.. புகைப்படம் சட்டத்தோடு கீழே விழுந்து, அதிலிருந்த கண்ணாடி சில் சில்லாய் உடைந்தது.

தொண்டை வலிக்கும் அளவிற்கு, "ஆஆஆ.." என்று கத்தியவன், "எல்லாமும் உன்னாலதான். சொத்து வேணும்னு வெறிப்பிடிச்சுப் போயி, கடைசியில என்னைய உசுரோட கொன்னுட்டியே? சாவும் போது அந்தச் சொத்தையா கொண்டுட்டுப் போன? இல்ல உன் சம்சாரம் தான் உசுரோட இருந்து அதை அனுபவிச்சிச்சா..? ஒண்ணத்துக்கும் பிரயோஜனப்படாத அந்தச் சொத்தால, என் சந்தோஷம் மொத்தமா போச்சு!

ஆசைப்பட்டவளைக் கட்டிக்க முடியாம, அவ நினைப்பையும் ஒதுக்க முடியாம, ஊர் முன்னாடி அவமானப்பட்டு எதுவும் செய்யத் துப்பில்லாம, இனியும் அவளைப் பார்க்கணும்னு துடிக்கிற மனசை அடக்கவும் வழி தெரியாம.. தெனம் தெனம் உசுரோட சாகுறேனே..? இதுக்குத்தான் எனக்கு நீ சொத்து சேர்த்து வச்சிட்டுப் போனியா..?"

தான் ஆண் என்பதையும் மறந்து கதறி அழுதவன், பாரமான மனதின் சுமையைத் தாங்கிக் கொள்ள இயலாது.. அறைக்குள் சென்று படுக்கையில் சரிந்தான்.

ஊரிற்குச் சென்றிருந்த பாண்டியம்மா.. பதினோறாம் நாள் மருமகளிற்குப் பிள்ளை மருந்து செய்து கொண்டு பார்க்க வர, வழியிலேயே ஊராரின் பேச்சில் நடந்த அனைத்தையும் அறிந்து கொண்டார்.

ஐக்கையனின் வீட்டை அடைந்தவர்.. காமாட்சியும் குழந்தையும் உறங்கிக் கொண்டிருப்பதைப் பார்த்துவிட்டு, நேராய் செல்வராசுவைக் காணச் சென்றார்.

"ராசா.." என்ற அழைப்பில் வாயிலுக்கு வந்தவன் அவரை அதிர்ச்சியுடன் நோக்க, "நா பாண்டியம்மா.."

"காமுவோட மாமியா.." என மீதியை உரைத்தவன், "உள்ளார வாங்க.." என்று வரவேற்றான்.

மறுப்பாய்த் தலையசைத்தவர், "நீயி காமாட்சியை ஆசைப்பட்டிருக்கலாம். அது.. அவ ஐக்கையனோட மகளா இருக்கும் போது சரி, ஆனா எனக்கு மருமகளா இருக்கும் போது அந்த நினைப்பே தப்பு!"

"நானு அவளை மனசுல நினைச்சதைத் தவிர எந்தத் தப்பும் செய்யலம்மா. இந்த ஊர்க்காரனுங்க சொல்லுற மாதிரி காமுவும் நானும்.." சொல்லமுடியாமல் அவன் தவிக்க, "நீயும் அவளும் தப்புச் செஞ்சீங்களான்னு நானு கேட்கல. இனிமேலுக்கு இந்த மாதிரி பேச்சு வராம பார்த்துக்க!" என்றுமட்டும் அழுத்தமாய் உரைத்துவிட்டுச் சென்றார்.

## 3

காமாட்சிக்குப் பிள்ளை பிறந்து முப்பத்தாறு நாட்கள் கடந்திருந்தது. மருமகளையும் பெயரனையும் இல்லத்திற்கு அழைத்து வருவதற்காக நாட்காட்டியில் நல்ல நாளை பார்த்துக் கொண்டிருந்தார் பாண்டியம்மா.

கோபாலன் தந்தையிடம் கண்களால் அன்னையிடம் பேசுமாறு சைகைச் செய்ய.. தொண்டையைச் செருமிய அவர், "பாண்டி.."

நிமிர்ந்து கணவனை ஒருபார்வைப் பார்த்தவர், "என்னவாம் கனைக்கிறீங்க..?"

"இல்ல.. அந்தப் பிள்ளைய.." என அவர் இழுக்க, "எந்தப் பிள்ளைய..?"

"அதான் காமாட்சிப் பிள்ள! ஊருக்குள்ள என்னென்னமோ பேசிக்கிடுதாங்க. அதைப் போயி நம்ம வீட்டுக்குக் கூட்டியாரணுமா..?"

"அப்படி என்ன பேசிக்கிடுதாக!"

"என்ன பாண்டி உனக்குத் தெரியாததா.? அதோட பழக்கவழக்கம் அப்படி ஒண்ணும் சரியில்ல. பொறந்த பிள்ளைக் கூட நம்ம மவனோடது இல்லையி.." மனைவி பார்த்தப் பார்வையில் அவரின் பேச்சு சட்டென்று நின்றது!

"இதை ஊரு சொல்லுதா, இல்ல உங்க மவன் சொல்லுதானா..?"

"ஆமா நானுதான் சொல்லுதேன். அவனுக்குப் பிள்ளைப் பெத்துக் கொடுப்பேன்னு சொன்னவக்கூட நானு என்னத்துக்குக் குடும்பம் நடத்தணுமுனு கேட்குதேன்..!" எனக் கோபால் மனதில் இருந்ததை நேரடியாகவே வினவினான்.

"அவ அப்படிச் சொல்லாம, வேற எப்படிச் சொல்லணுமுனு எதிர்பார்க்கிற நீ..? ஆம்பளைன்னா பிள்ளைப் பெத்தா மட்டும் போதுமா? நீயி அதைத் தவிர, இதுநாள் வரைக்கும் ஒத்தக் காசு சம்பாதிச்சுக் கொண்டாந்து இருக்கியா..?"

"எம்மா.. நான் என்ன பேசுதேன், நீயி என்ன பதில் சொல்லுத.?"

"நானு சரியாத்தான் சொல்லுதேன்! காமாட்சி அவளோட மாமனைக் கட்டிக்க ஆசைப்பட்டது எனக்கு முன்னமே தெரியும்!" என்ற பாண்டியம்மாவை.. தந்தையும் மகனும் அதிர்ச்சியுடன் பார்க்க, நடந்த விசயங்களைத் தனக்குத் தெரிந்தவரை உரைத்தார்.

"அம்புட்டும் தெரிஞ்சிருந்தும் எப்படி அவளை எனக்குக் கட்டிவைக்க மனசு வந்திச்சு உனக்கு.? கெட்டுச் சீரழிஞ்ச சிரி..." அடுத்து அவன் பேசும் முன், இடையில் எப்பொழுதும் சொருகி வைத்திருக்கும் கதிரறிவாளை எடுத்து, மகனின் கழுத்தில் வைத்திருந்தார் பாண்டியம்மா.

"பாண்டி..!" எனக் கோபாலின் தந்தை மனைவியைக் கண்டிக்க, "நீதான் என்னையைப் பெத்தியா..?" விரிந்திருந்த கண்களில் அதிர்ச்சியுடன் வினவினான் மகனானவன்.

"அதுல என்னத்துக்கு உனக்குச் சந்தேகம்? நான்தேன் பெத்தேன்! ஆனா எனக்குப் பிறந்திட்டு, எப்படி இப்படிக் கொஞ்சம் கூடக் கூறு இல்லாம இருக்க நீ!" என்றவர் தன் கணவனின் புறம் திரும்பி, "அவ கெட்டுச் சீரழிஞ்சதை நீ பார்த்தியா, இல்ல உன் அப்பன் பார்த்தாரா? எந்தத் தைரியத்துல அப்படி ஒரு வார்த்தையை விட்ட நீ!" என்று வினாவைத் தன் மகனிடமே வினவினார் பாண்டியம்மா.

கண்கள் இடம்பெயர்ந்து மகனிடம் பதிய, "உன் அப்பனுக்கு நான் நாலாவது சம்சாரம். இந்தச் சமாச்சாரம் உனக்கும் தெரியும், ஊருக்கும் தெரியும். என்னையைக் கட்டுனதுக்குப் பொறவுல முதல்ல கட்டுன மூணு பொம்பளைகளையும் அவர் தேடிப் போனதே இல்ல! இல்லைன்றதை விட, நான் விடல!

இந்த ஊரு மொத்தமும் பேசிச்சு, புருஷனை முந்தானையில முடிஞ்சிக்கிட்டா பாண்டியம்மான்னு! ஏன் அந்த மூணு பொம்பளைகளும் வீட்டுக்கு முன்னுக்க நின்னு, மண்ணு அள்ளி வீசி என்னைய விளங்கவே மாட்டன்னு தூத்திட்டுப் போனாளுக!

நானும் உன் அப்பனும் அவளுங்களுக்குச் செஞ்சது துரோகம் தான்! அந்தப் பாவம் என்னைக்கும் என்னைய சுத்தும் தான்! அதுக்காக என்னோட வாழ்க்கையை விட்டுக் கொடுக்க முடியுமா என்ன..? உனக்கு முன்னுக்க நாலும் பொட்டப் பிள்ளையா பிறந்து பிறந்து, செத்துப் போச்சு! ஊரெல்லாம் செஞ்ச பாவம் தான் பிள்ளை நிலைக்கலைன்னு பேசிச்சு!

நான் அதை ஏத்துக்கலயே..! ஏன்னு தெரியுமா, என்னைய பொறுத்தவரைக்கும் என் புருஷன் எனக்கு மட்டும் தான்! அது எனக்குத் தப்பா தெரியவே இல்ல!

ஊர் வாயை அடைக்கிறதுக்காகவே பிள்ளையைப் பெத்துக்க முடிவு செஞ்சு, அஞ்சாவதாவும் ஒரு பொட்டப் பிள்ளையைப் பெத்தேன். தங்க விக்கிரகம் மாதிரி இருப்பா என் மக! அவ வயசுக்கு வந்ததுக்கு ஊர் மெச்சிற மாதிரி விசேஷம் செஞ்சேன். அவ நேரமோ, இல்ல என்

நேரமோ.. காட்டுக்குள்ள சுருளி பொறுக்கப் போனவ, செத்தப் பிணமாத்தான் கிடைச்சா!" எனக் கண்களில் துளிர்த்த நீரைத் துடைத்துக் கொண்டு பெருமூச்சு விட்டார்.

கோபால் தன்னை ஈன்றவளை வைத்த கண் வாங்காமல் பார்த்திருக்க, "அதுக்குப் பொறவுலயும் பிள்ளை வரம் வேணும்னு கோவில் கோவிலா சுத்தி.. வேண்டுதல் வச்சு, நாலு வருசம் கழிச்சு என்னோட முப்பத்தஞ்சாவது வயசுல நீ பிறந்த! உனக்கும் ஏதாவது ஆகிடப் போகுதேன்னு தான், என் கையை விட்டு விலக விடாமலேயே வளர்த்தேன்!

இன்னமும் என் சேலையைப் பிடிச்சிக்கிட்டுச் சுத்துற நீ, அவளைக் கெட்டுப் போனவன்னு சொல்லுற..!

ஏன் உன் சம்சாரத்தைத் தக்க வச்சிக்கிற சாமர்த்தியம் உனக்கில்லையா..? மூணு பொம்பளைகளை மறக்க வச்சு, உன் தகப்பனை என்கூடக் குடும்பம் நடத்த வச்சேன் நான்! ஆனா உன்னால அது முடியல, அப்படித்தான..?

நீ அவளுக்கு நல்ல புருசனா இருந்திருந்தா, காமாட்சி இந்நேரம் செல்வராசுவை மறந்திருப்பா. இப்பச் சொல்லு.. அவ கெட்டுப் போனவளா, இல்ல நீ குடும்பம் நடத்தத் துப்பில்லாதவனா..?"

அன்னையின் வினாவில் தன் ஆண்மை அடிபட்டதாய் உணர்ந்த கோபால், பாண்டியம்மாவின் கையில் இருந்த அரிவாளைத் தட்டி விட்டுவிட்டு, அடுத்த நொடியே வீட்டிலிருந்து வெளியேறினான்.

அதுநாள் வரை பீடியின் புகையால் மட்டுமே நாட்களை நிரப்பியவன், அன்று முதன்முதலாய் கள்ளுக்கடையில் காலடி எடுத்து வைத்தான்.

திருமணம் முடிந்த புதிதில்.. 'காமாட்சி தனக்கு மனைவி, இளமை ததும்பும் தோற்றம், அவளின் தேகத்திற்கு உரிமையானவன் தான்! தனது ஆசைக்குப் பாத்திரமானவள் அவள்!' என்பன மட்டுமே கோபாலின் மனதில் உதித்த எண்ணங்கள். அது அன்று முதல், செல்வராசுவைப் பற்றி அறியும் நாள் வரையிலுமே

அப்படியே தான் இருந்தது.

காமாட்சி அவனை "மாமா.." என்று அழைப்பது கூட.. தனது ஆண்மைக்கும், கணவன் என்ற உறவுக்கும் அவள் கொடுக்கும் மரியாதை என்று எண்ணியிருந்தான்.

ஆனால் 'அவளுக்கும் ஒரு மனமுண்டு. அதற்குள் ஒருவனின் மேல் மூச்சு முட்டும் அளவிற்குக் காதல் உண்டு. சந்தர்ப்ப வசத்தால் தனது மனைவியாகி.. மனமுருகியோ, மரியாதையுடனோ இல்லாது வெறும் கடமைக்காகவே தாம்பத்திய வாழ்வை ஏற்றிருக்கிறாள்!' என்று துணையாய் வந்தவளைப் பற்றிக் கோபால் எதையுமே அறிந்திருக்க வில்லை.

"இன்னமும் ஆத்தா ஊத்துற கஞ்சியைக் குடிச்சு உடம்பை வளர்க்கிறியான். வேலை வெட்டிப் பார்க்காம வெறும் பையனா சுத்திக்கிட்டுத் திரியிறியான். இவனுக்குக் கல்யாணம் ஒண்ணு மட்டும் தான் குறைச்சலு, அதையும் ஆத்தாக்காரி செஞ்சு வச்சிட்டா.

இவனோட சேர்த்து.. இவன் கட்டிக்கிட்டு வந்தவளையும், பெத்துப் போடுறதையும் பாண்டியம்மா தான் கரை சேர்க்கணும்! ஏன் காமாட்சி நீயாவது உன் புருசனுக்கு எடுத்துச் சொல்லக் கூடாது..?

அவன் 'வா'ன்னு கூப்பிட்டதும், கூச்சமில்லாம நீயும் போயிப் படுத்துடுறியாக்கும்..? முடியாது, ஏதாவது வேலையைப் பார்த்து நாலு காசு கொண்டு வந்தாதான், பிள்ளைப் பெத்துக் கொடுப்பேன்னு சொல்லு! அவனை உன் பக்கத்துல சேர்க்காத! இதை வச்சுத்தான் அவனை உன் வழிக்குக் கொண்டு வரணும்!" என்பன போன்ற பலவிதமான பேச்சுக்களை தினம் தினம் கேட்கும் காமாட்சிக்கு, ஏனோ கோபாலின் மேல் அன்பு என்ற ஒன்றே உருவாகவில்லை.

அன்பும் நேசமும் துளிர்த்தால் அல்லவா ஒருவனிடம் அக்கறையையும், உரிமையையும் காட்ட முடியும்! இருந்தும் மனைவி என்ற கடமைக்காக, அதைச் செய்தாள் தான் காமாட்சி. ஆனால் கோபாலிற்குக் கட்டியவளின் சொல்

என்பது, கட்டிலின் மயக்கத்தோடு மறந்து போகும்!

கணவனது இந்தப் பொறுப்பற்ற நடவடிக்கையால்.. பிரிவிலும், ஏக்கத்திலும், கண்களால் காணாது போனாலும்.. நினைவு ஒன்றின் மூலமே செல்வராசுவிடம் இருந்த காதல் நாளுக்குநாள் ஆழமாய் வேரூன்றி காமாட்சியின் மனதில் விருட்சமாய் வளர்ந்து கொண்டிருந்தது. அது எந்த அளவிற்கு என்றால், அவன் ஒரு வார்த்தை 'வா..' என்று அழைத்தால், தன்னைச் சுற்றி போடப்பட்டுள்ள உறவு கட்டுகள் அனைத்தையும் அறுத்தெறிந்து விட்டு அவனிடமே முழுமையாய் சென்று சரணடைந்துவிடும் அளவிற்கு!

காமம் கொண்டு அவளைத் தீண்டிடாதவன் செல்வராசு. காதலால் மட்டுமே பெண்மையின் மனதையும் தேகத்தையும் தீண்டியவன் அவன்!

காதல் என்ற சொல்லின் முதல் எழுத்திற்கான பொருளைக் கூட அறியாதவன் மதனகோபால். அவளுக்குக் காமம் என்ற ஒன்றைக் கற்றுக் கொடுத்தவனே அவன் தான்! ஆனால் என்னவோ.. பெண்மைக்கு அந்த உணர்வு தான் ஏற்புடையதாய் இல்லை!

காமாட்சிக்கு வேண்டியது எல்லாம் நேசத்துடன் கூடிய நெருக்கங்கள். மற்றவர் பார்வையில் பெண்மைக்கான மரியாதை!

இவை இரண்டுமே கணவன் என்பவனிடம் பொய்த்துப் போகவே, அதைக் கொடுப்பவனையே மனம் நாடியது! ஆனாலும் மனம் விரும்புபவனால் நேசத்தை மட்டும்தான் கொடுக்க முடிந்ததே தவிர, மற்றவரின் பார்வையில் நேர்மையை உருவாக்க முடியவில்லை.

அதற்கான வாய்ப்பை அளிக்காமலேயே.. விதி காமாட்சி மற்றும் செல்வராசுவின் வாழ்வினில் தன் ஆதிக்கத்தை நிலைநிறுத்தி, இருவரது எதிர்காலத்தையும் வெவ்வேறு திசையில் மாற்றி அமைத்துவிட்டது.

மகனின் விருப்பமின்மையைப் புறம்தள்ளி, மருமகளை அழைத்து வருவதற்காக.. அவளின் பிறந்தகத்திற்குச்

சென்றார் பாண்டியம்மா.

அன்று முகத்தில் உமிழ்ந்துவிட்டுச் சென்ற கணவனுடன் வாழ்க்கையைத் தொடரும் எண்ணம் துளியளவும் காமாட்சிக்கு இல்லையென்றாலும்.. பிறந்த வீட்டில் இருந்து பெற்றவர்களின் சந்தேகப் பார்வைக்கும், ஊராரின் அவச்சொற்களுக்கும், அதற்கும் மேலாகத் தன் நினைவில் இருந்து மீண்டுவர இயலாது தத்தளிக்கும் செல்வராசுவின் இயலாமைக்கும் ஆளாக விரும்பாது.. மாமியாருடனும், ஈன்றெடுத்த மகனுடனும் புகுந்த வீட்டை அடைந்தாள்.

## 4

காமாட்சி புகுந்தகம் வந்து சேர்ந்து ஒருவாரம் கடந்துவிட்டது. மாமனாரானவர் முன்பே அவளிடம் எதுவும் தேவையின்றிப் பேசிக் கொள்ளமாட்டார். தற்போது மருமகள் இருக்கும் புறம் கூட அவர் திரும்புவதில்லை.

ஊராரின் பேச்சுக்கள் கோபாலின் செவியின் வழியே உட்சென்று.. உடலிலும், மனதிலும், மூளையிலும் நஞ்சாய் பரவிட.. முற்றிலுமாக மனைவியைத் தவிர்த்தான். ஈன்றெடுத்த மகனை ஒருமுறை கூடக் கண்ணால் பார்க்கவில்லை.

காமாட்சி கணவனது இந்த விலகலை எதிர்பார்த்திருந்தாள் தான்! இயல்பிலேயே அவன்மீது மனதில் பிடிப்பு என்ற ஒன்று இல்லாததால், கோபாலின் நடவடிக்கைகள் பெரியதாய் அவளிடம் எந்தப் பாதிப்பையும் ஏற்படுத்தவில்லை.

பாண்டியம்மாவிற்கு மருமகளாகவும், தான் பெற்ற மகனுக்கு அன்னையாகவும் மட்டுமே இருந்து கொண்டாள். கோபால் புகையோடு சேர்த்து, மதுவிலும் தன் நேரங்களை நகர்த்தினான்.

வயலில் வேலை செய்து கொண்டிருந்த பாண்டியம்மாவின் கணவர், அன்று உச்சிப்பொழுதில் நிற்க

திராணி இன்றி மயங்கி சரிந்துவிட.. சுற்றி இருந்தவர்களிடம் பரபரப்புத் தொற்றிக் கொண்டது.

செய்தி வீட்டை அடைந்த ஐந்தாவது நிமிடம், ஆளையும் தூக்கி வந்து சேர்ப்பித்துவிட்டனர் வயலில் பணிபுரிபவர்கள். விபரம் அறிந்து.. அவ்வூரில் இருக்கும் அரசு மருத்துமனையில் வேலைச் செய்யும் செவிலியரை அழைப்பதற்காக விரைந்தான் கோபால்.

அந்தக் கிராமத்தைப் பொறுத்தவரை செவிலியரே, பெரிய மருத்துவர். இல்லத்திற்கு வந்து பரிசோதித்தவர்.. பெரியவர் உயிரிழந்ததை உறுதி செய்ய, வயதான மருத்துவச்சியும் அதையே உறுதி செய்தார்.

திடீரென நடந்துவிட்ட நிகழ்வில் பாண்டியம்மாள் மனம் தளர்ந்துவிட.. ஊராரின் வாய்க்கு இறப்புச் செய்தி அவல் ஆக மாறியது.

ஏற்கனவே காமாட்சியின் நடத்தையைக் குற்றம் உரைத்துக் கொண்டிருந்தவர்கள்.. தற்போது, அவள் ஈன்றெடுத்த மகனின் பிறந்த நேரம் சரியில்லை என்றனர். அதனால் தான் மகனோடு அவள் வந்த ஒரே வாரத்தில், வீட்டின் பெரிய ஆண் மகன் உயிரிழந்து விட்டதாய் பேசத் துவங்கினர்.

கணவனது இழப்பில் எதையும் கவனிக்கும் நிலையில் இல்லை பாண்டியம்மாள். இன்னும் தலைக்கூடச் சரியாய் நிற்காத குழந்தையை விட்டு ஒருஅடி கூட நகர முடியாமல் இருந்த காமாட்சிக்கு, ஊராரின் பேச்சுக்களைச் செவியில் ஏற்கும் அளவிற்கு நேரம் இல்லை. துக்க வீட்டிலும் பெரிதாய் எந்தவித அழுகையும் இல்லாது, எப்போதும் போல் குழந்தையைக் கவனித்துக் கொண்டிருந்தாள் அவள்.

அனைவருக்கும் கிடைத்தவன் கோபாலன் தான். 'அது உன் பிள்ள இல்ல, அப்படி இருந்திருந்தா உன் அப்பனோட உசுரையே காவு வாங்கியிருக்குமா? மாமனார் செத்ததுக்குக் கூட அழுகாம, இப்படியா ஒருத்தி கல்லு மாதிரி இருப்பா..? அவளுக்கு நீ புருசனா இருந்தா தான,

உன்னைய பெத்தவங்க மேல பாசம் இருக்கும்! அவதான் செல்வராசுவோட ரகசியமா குடும்பம் நடத்துறாளே..?

இப்படியுமா பொம்பளை இருப்பா, இவக்கூடவா நீயி மானங்கெட்டு வாழணும்..?' என ஆளாளுக்கு ஒன்றொன்று பேசிச் செல்ல, கடந்த கால நிகழ்வுகள் அனைத்தும் அவனது மனதிற்குள் மறுஒளிபரப்பாய் நிகழ்ந்து கொண்டிருந்தன.

திருமணம் ஆன புதிதில்.. மனைவியிடம் அவனுக்கு இருந்த ஆசையும், எதிர்பார்ப்பும், மோகமும்.. காமாட்சிக்குக் கணவனிடம் இருந்தது இல்லை. அதைப் பலமுறை கோபாலே உணர்ந்திருக்கிறான். அவனின் நெருக்கங்களுக்கு, அவளிடம் எவ்வித பிரதிபலிப்புமே இராது.

எந்த வினைக்கும் ஒரு எதிர்வினை உண்டு என்பதே அறிவியல் விதி. அது அறிவியல் விதி மட்டுமன்று, இயற்கை நியதியும் கூட. கோபாலின் இல்லற வாழ்வில் வினைகள் அனைத்தும் அவனுடையதே, காமாட்சியிடம் இருந்து எவ்வித எதிர்வினையும் வந்ததில்லை.

கணவனின் நடவடிக்கைகளைக் கேலிச் செய்யும் ஊராரின் பேச்சுகளைக் கேட்க நேரிடும் போது மட்டும், அவனை ஏதாவது வேலைக்குச் செல்லும்படி கூறுவாள். ஆனால் அவன் ஒருமுறை கூட அதைப் பற்றிச் சிந்தித்ததில்லை.

ஒருவேளை மனைவியின் சொல்லை ஏற்றுத் தன் குணத்தை மாற்றியிருந்தால், அவன்பால் அன்பு ஏற்பட்டிருக்குமோ என்னவோ..? கோபாலின் அலட்சியப் போக்கு, காமாட்சியின் மனதில் அதிகப்படியான வெற்றிடத்தை நிரப்பி விட்டிருந்தது.

* * *

பெரியவரின் இறப்பிற்கு.. அவரின் முன்னாள் மூன்று மனைவியர் மற்றும் அவர்களின் பிள்ளைகளும் வந்திருந்தனர்.

பாண்டியம்மா கணவரைத்தான் அவர்களிடம் செல்ல அனுமதிக்க மாட்டரே தவிர, ஒரு தந்தையாய் அவரது மற்ற பிள்ளைகளுக்குச் செய்ய வேண்டிய கடமைகளுக்குத் தடைவிதித்தது இல்லை.

கோபாலைத் தவிர்த்து மற்ற மகன்களும், மகள்களும்.. பொருளாதாரத்திலும், குடும்ப வாழ்விலும் ஓரளவிற்கு நன்றாகவே இருந்தனர்.

முதல் மனைவி தன் மகன்தான் இறந்தவருக்குக் கொள்ளி வைக்க வேண்டும் எனக் கூற.. 'தாய்க்குத் தலைமகன், தந்தைக்கு இளைய மகன்!' என ஊர் வழக்கத்தை உரைத்து, கணவரது இறப்பில் கூட மற்றவரைத் தங்களுக்குள் அனுமதியாது.. கோபால் கொள்ளி வைப்பதற்கான ஏற்பாடுகளைச் செய்தார் பாண்டியம்மா.

"ராசா எழுந்திரு, நம்ம உரிமையை விட்டுத் தரக்கூடாது! இருந்தப்பவும் சரி, செத்தப் பொறவுலயும் சரி.. அவருக்கு உரிமையானவங்க நாமளாத்தான் இருக்கணும். போயி வெள்ளை வேட்டியை மாத்திட்டு வா!" என்ற அன்னையைச் சலனமின்றிப் பார்த்தவன், "அப்பனுக்குச் செய்ய நானிருக்கேன் சரி, எனக்குச் செய்ய யாரு இருக்கா எம்மா..?"

"என்ன வார்த்தை டேய் பேசுற..?" என ஆவேசத்துடன் கேட்ட பாண்டியம்மாவிடம், "அது என்னோட பிள்ள இல்ல. கல்யாணம் கட்டிவந்த பத்து நாளுலயே ஆடி மாசம்னு சொல்லி ஊருக்குப் போயிட்டா உன் மருமக! அவளைப் பார்க்கிறதுக்காக நான் ஊருக்குப் போயிருந்த பொழுதுகூட என்னைய ஆசையா தொட விடல.

ஆனா இப்ப சரியா பத்தாவது மாசமா, சித்திரையில பிள்ளையைப் பெத்திருக்கா. அது எப்படி என் பிள்ளையா இருக்க முடியும்..? அவதான் சொன்னாளே, ஆடி மாசத்துல ரெண்டு தடவை அவளோட மாமனைப் பார்க்கப் போயிருந்தேன்..." என்றவன் பேச்சை முடிக்கும் முன்னரே

மகனின் கன்னத்தில் அறைந்திருந்தார் பாண்டியம்மா.

"மாசக்கணக்கு எல்லாம் உனக்கு எந்த *** சொல்லித் தந்தது. பிள்ளை பிறக்கிறது மாசக்கணக்கை வச்சு இல்ல, அதோட வளர்ச்சியைப் பொறுத்தது. ஒன்பது மாசத்துல குறை பிரசவத்துல பிறந்தா, அதைப் பிள்ளை இல்லையினு சொல்லிடுவியா..?

ஏன் ஊருக்குப் போறதுக்கு முன்னுக்கப் பத்து நாளும் அவ உன்கூடத் தான இருந்தா. சம்சாரத்தைத் தொடாம, எட்டி நின்னே அழகு பாத்தியாக்கும் மடப்பயலே..? சித்திரைக் கடைசியிலயா பிள்ள பிறந்திச்சு, முதல் தேதியிலயே பெத்துட்டா இல்ல.! இப்ப என்ன முழுசா ஒன்பது மாசமும் முடிஞ்சு பிறந்தா, அது உன்னோட பிள்ள இல்லையினு ஆகிடுமா..?

சரி.. நீயி என்னமும் நினைச்சிக்க! காமாட்சி என்னோட மருமக, அவ பெத்தெடுத்தது என்னோட வீட்டு வாரிசு! என்னைய கட்டுன மனுசனுக்கு நீயி கொள்ளி வைக்கிறியா இல்ல பேரப்பிள்ளய வச்சுச் செஞ்சிக்கவா நானு? கொள்ளி வைக்கிறவனுக்குத்தான் என்னோட சொத்து!" எனத் தன் பேச்சை முடித்துவிட, அரண்டு போனான் கோபால்.

எதுவும் பேச வழியின்றி, ஒரு மகனாய் தனக்கான கடமைகளைச் செய்துவிட்டு வந்தான். ஒரு வாரத்தில் உறவுகள் அனைவரும் கிளம்பிவிட, இல்லம் மௌனத்தைத் தத்தெடுத்துக் கொண்டது.

வயலைக் கவனிக்கும் பணியைப் பாண்டியம்மா பொறுப்பேற்றுக் கொள்ள, வீட்டினைத் தன்வசமாக்கினாள் காமாட்சி. கோபாலின் பெரும்பாலான நேரங்கள் கள்ளுக்கடையிலேயே கழிந்தது. உண்பதற்கு மட்டும் இல்லத்திற்கு வருபவன், சமையலறையில் இருப்பதை மொத்தமாய்க் காலிச் செய்து கிளம்பிவிடுவான்.

தன்னால் முழுமையாக உண்ண முடியவில்லை எனினும், காமாட்சி உண்ணக்கூடாது என்பதற்காக அதைக் குப்பையில் கொட்டிவிடுவான்.

அன்றும் அப்படித்தான்.. குழந்தையைக் குளிக்க வைத்துவிட்டு, அதன் பசியைப் போக்குவதற்காக உணவெடுக்க வந்தவளை வெற்றுப் பாத்திரங்களே வரவேற்றன.

காமாட்சிக்கு இயல்பாகவே தாய்ப்பால் மிகக் குறைவான அளவில் உற்பத்தி ஆனதால், பசும்பால் கொடுக்கத் துவங்கினாள். குழந்தையின் உடல் அதை ஏற்காது ஒவ்வாமை ஏற்பட.. மூன்றாம் மாதத்திலேயே மகனுக்கு உணவூட்டத் துவங்கி விட்டாள்.

சாதத்தை நன்கு மசித்து அதில், வடித்த நீரை ஊற்றி கஞ்சியாகவும் அல்லாது நீராகவும் அல்லாது ஒருவித கெட்டியான பதத்தில் மாமியாரின் அறிவுரையின் படி செய்து வந்தாள் காமாட்சி.

பசியால் கதறும் குழந்தை ஒருபுறம், ஒரு மணி நேரத்திற்கு முன்புதான் பால் கொடுத்ததால் இன்னும் ஊறாத தாயுணவு மறுபுறம் எனத் திண்டாடிப் போனாள் பெண்ணவள்.

அவசரத்திற்கு எதையும் தயார் செய்வதற்கான இடைவெளியைக் கூடக் கொடாது, பசியில் தொண்டை வலிக்கக் கத்திக் கரைந்து கொண்டிருந்தது குழந்தை. மகனை அள்ளி மார்போடு அணைத்துக் கொண்டவள், சாதம் வடித்த நீரைத் தேட.. அதையும் விட்டுவைக்காது குடித்திருந்தான் கோபால்.

இயலாமையில் கண்களில் நீரோடு கீழே ஊற்றுவதற்காக, எடுத்து வைத்திருந்த முதல்நாளின் வடிநீரைக் குழந்தைக்குப் புகட்டிய காமாட்சி.. பாண்டியம்மா வந்ததும், நடந்த அனைத்தையும் ஒப்பித்துவிட்டாள்.

அவரும் மகனின் நடவடிக்கைகளை அறிவார் தான். ஆனால் குழந்தையின் மீதுகூட இவ்வளவு வன்மத்தை மனதில் வளர்த்து வைத்திருப்பான் என்று நினைக்கவில்லை.

கோபாலைத் தேடிக் கள்ளுக்கடை சென்றவர்.. அனைவரது முன்னிலையிலும் திருமணம் முடிந்த மகன்

என்றும் பாராது, போதையில் இருந்தவன் கட்டியிருந்த இடை வேட்டியைப் பற்றி இழுத்துக் கொண்டு வீடு வந்து சேர்ந்தார். சங்கிலியால் அவனின் கைக்கால்களைப் பிணைத்து, வாயிலில் இருந்த தூணோடு இணைத்தார்.

போதை தெளிந்த கோபால், தானிருந்த நிலையைக் கண்டு அதிர்ந்து கத்திக் கூச்சலிட.. வெளியே வந்த பாண்டியம்மா, "என்னத்துக்கு டேய் இப்படிக் கத்திக்கிட்டுக் கிடக்க?"

"என்னைய எவன் இப்படிச் செஞ்சது..?"

"நான்தான் சங்கிலி வச்சுக் கட்டிப் போட்டேன்!"

"நானென்ன நாயா.?"

"அதுக்கூட உன்னைய சேர்க்காத டேய் பிச்சைக்காரப் பயலே! அது நன்றியுள்ளது. ஒத்த வேளைக்குச் சோறு போட்டா, உசுரைக் கொடுத்தாவது எசமானனைக் காப்பாத்தும்! ஆனா நீ.. பிள்ளைக்குக் கூட ஒத்த வாய் சோறு வைக்காம, அம்புட்டையும் தின்னுத் தீர்த்திட்டுப் போயிருக்கியே? நீயி எல்லாம் என்ன சென்மம் டேய்!

நானு சொல்லுறதைக் கேட்டு காமாட்சிக்கூட உருப்படியா பிழைச்சாத்தான், எனக்கு மவனா இந்த வீட்டுல இருக்கலாம். இல்லையினா பஞ்சாயத்தைக் கூட்டி.. ஆத்தா மவன்ற உறவையே அத்துவிட்டுப் புடுவேன்! பொறவுல திங்கிறதுக்கு நீயி தெருவுல கிடக்குறதைத்தான் பொறுக்கணும்!" என்று விரல் நீட்டி எச்சரித்துவிட்டுச் சென்றவரை, அதிர்ச்சியோடு பார்த்துக் கொண்டிருந்தான் அவன்.

## *5*

அன்னையின் உறுதியான சொற்களில், 'எங்கே அவர் சொன்னதைச் செய்து விடுவாரோ? அதற்குப் பின் தன் நிலைமை என்னவாகும்..?' என்று பயந்து, வெளிப் பார்வைக்குத் தன்னை மாற்றிக் கொண்டான் கோபால்.

ஆனால் அவனுள் இருந்த அந்தச் சந்தேகப் புத்திக்காரன், சற்றும் மாறாது அப்படியே தான் இருந்தான்.

நாட்கள் நகர்ந்தது. தாயின் சொல்படி காமாட்சியுடன் இணைந்து தன் வாழ்க்கையைத் துவக்கினான். பாண்டியம்மாவிற்குத் துணையாய் வயலுக்கும் சென்று வந்தான். மதுவும், புகையும் அவனின் உடன்பிரியா இணையாகினர்.

'மருமகளிடம் வம்பு செய்யாமல் இருப்பது வரைக்கும் போதும்!' எனப் பெரியவர், மகனின் சில செயல்களைக் கண்டும் காணாமல் இருந்து கொண்டார்.

ஆனால் அவனோ தன் அன்னையின் மாற்றத்திற்குக் காரணமாகக் காமாட்சிக்கு, இரவின் தனிமையில் தண்டனை அளிப்பதை வழக்கமாக்கிக் கொண்டான். பெண்ணவளின் விருப்பம் இல்லாமலேயே, ஆடவனின் அதீத நெருக்கங்களோடு நாட்கள் நகர்ந்தன.

அவனுள் இருந்த சந்தேகம் என்ற பேய், "இன்னும் நீயி அந்தச் செல்வராசுவை தான் மனசுல நினைச்சிருக்கியா? நான் உன்கூட இருக்கும் போது.. என்னைய நினைச்சிப்பியா, இல்ல அவனை நினைச்சிப்பியா.? அதென்ன எனக்குப் பிறந்த மவன், அவனை மாதிரியே சிரிக்கிறியான்!" என்று கூர் சொற்களால் அவளின் தன்மானத்தை தினம் தினம் கீறிவிட்டு, அதற்குக் காமாட்சி சிந்தும் ஊமைக் கண்ணீரில் மகிழ்ச்சி கொள்ளத் துவங்கினான்.

தனக்காக மகனின் உறவையே முறித்துக் கொள்ளும் அளவிற்குச் சென்ற மாமியாரின் மீது கொண்டிருந்த மரியாதைக்காகவும், அவருக்கு மனவேதனை தராமல் இருப்பதற்காகவும், தன் வலிகளை மறைத்தபடி நாட்களைக் கடத்தினாள் காமாட்சி.

இரண்டாவதாய்ப் பாவையின் பெண்மை சூல் கொள்ள, இம்முறை பிறந்தகத்திற்குச் செல்வதைத் தவிர்த்து.. புகுந்தகத்திலேயே ஆண்பிள்ளையை ஈன்றெடுத்தாள்.

‘முதல் மகனைத் தன்னுடையதா.?’ எனக் கேட்டுக் கேட்டு மனைவியை வதைத்த கோபால், இரண்டாம் மகனை.. ‘தன்னுடையது தான்!’ என்று ஒப்புக்கொண்டாலும், "நீயி ஊருக்குப் போறதில்ல, அதுனால செல்வராசுவைப் பார்க்க மாட்ட. ஆனா அவனும் உன்னைய வந்து பார்க்க மாட்டானா என்ன.? அதுக்குள்ளயுமா உன்மேல அவன் வச்சிருந்த பாசம் செத்துப் போச்சு...?" என வினவி, அவளுள் புதைந்து போன உணர்வுகளைச் சொற்களால் தூண்டிவிட்டுக் கொண்டிருந்தான்.

முதல் நேசத்தின் நினைவுகள் பெண்மைக்குள் சற்றும் வாடாது பசுமையாக இருக்க.. ‘தனக்காவது பெயருக்கென்று ஒரு வாழ்க்கை உள்ளது. அவனுக்கு அதுவும் இல்லையே..?’ என மனதிற்குள்ளேயே தினம் தினம் மருகினாள்.

* * *

நாட்கள் நகர்ந்தது. காமாட்சியின் மூத்த மகனுக்கு மூன்று வயது நிறைவடைந்திருக்க, இரண்டாவது மகன் தவழும் நிலையில் இருந்தான்.

அடுப்பு எரிப்பதற்காக அருகிலிருக்கும் மலையோரப் பகுதிகளுக்குக் சென்று.. இயற்கை மாற்றங்களின் பொழுது ஒடிந்து விழுந்து காய்ந்து கிடக்கும் மரங்களின் பாகங்களை எடுத்து வருவது அவ்வூர் மக்களின் வழக்கம்.

அப்பணியினைச் செய்பவர்கள் பெரும்பாலும் பெண்களே. அடர்ந்த பகுதிகளுக்குள் இருக்கும் விலங்குகளுக்கும், விஷ உரியினங்களுக்கும் அஞ்சி.. கூட்டம் கூட்டமாகவே செல்வர் பெண்கள்.

பாண்டியம்மாவிற்கு வயலைக் கவனிக்கும் பணி இருப்பதால், காமாட்சி விறகு சேகரிக்கும் பொறுப்பை ஏற்றிருந்தாள்.

ஊராருக்கு அவளின் நடத்தையில் இருக்கும் சந்தேகத்தின் காரணமாய், எவரும் அவளைத் தங்களுடன் இணைத்துக் கொள்ள விரும்பாதிருக்க.. தங்களின்

தேவைக்காகத் தனிஒருவளாய்ச் சென்று வருவாள் காமாட்சி.

இரண்டாம் முறையாய் கருவுற்ற பொழுதில் இருந்து, அவளைத் தனியே அனுப்ப மனமில்லாது.. அந்தப் பணியை பாண்டியம்மா மகனிடம் ஒப்படைத்திருந்தார். இதுநாள் வரை ஏதோ செய்து வந்தவன்.. அன்றைய தினம் காலையிலேயே கள்ளுக்கடையில் போய் அமர்ந்துவிட்டான்.

'கணவன் வருவான்' எனக் காத்திருந்த காமாட்சிக்கு ஏமாற்றமே மிஞ்ச.. மதிய நேர சமையல் வேலைக்காக, தானே விறகு சேகரிக்கச் செல்வதற்கு ஆயத்தமானாள்.

தனது பாதுகாப்பிற்காகக் கதிரறுவாளை இடையில் சொருகிக் கொண்டவள்.. இளைய மகனின் அரைஞாண் கொடியில் நீளமான கயிற்றின் ஒரு முனையைக் கட்டி, மற்றொரு முனையைக் கூடத்தில் இருந்த தூணில் கட்டினாள்.

பெரிய மகனையும் அதேபோல் கட்டிவிட்டு, இளையவனைக் கவனித்துக் கொள்ளும்படி மூத்தவனுக்குக் கட்டளையிட்டு.. ஒரு புட்டியில் பாலும், மற்றொன்றில் நீரும் அவர்களின் கைக்கு எட்டும் தொலைவில் வைத்தாள்.

பெரியவனின் கையில் மாவு உருண்டையைக் கொடுத்து, "தம்பியைப் பார்த்துக்க ராசா. எம்மா விரசா போயிட்டு வந்திடுறேன்!" என்றவள், வேக எட்டுகளில் வீட்டிலிருந்து வெளியேறினாள்.

பக்கத்து வீட்டின் வெளித் திண்ணையில் படுத்திருந்த பல்லு போன கிழவனிடம், உள்ளிருக்கும் பிள்ளைகளின் மேல் அவ்வப்போது பார்வையைச் செலுத்தும்படி கேட்டுக்கொண்டு சென்றாள்.

இது முன்பு வழக்கமான விசயம் தான் என்பதால் உடனே தலையசைத்தவர், தன் வீட்டில் இருந்து வந்து.. பாண்டியம்மா வீட்டுத் திண்ணையில் படுத்தார்.

உள்ளே இருந்தவன்களில் மூத்தவன்.. அன்னை தனக்குக் கொடுத்துவிட்டுச் சென்ற உருண்டையைப் பிய்த்து தம்பியின் வாயில் திணிக்க, குழந்தையின் எச்சிலில் கரைந்து பாதி வயிற்றுக்குச் செல்ல, மீதி தரையில் விழுந்தது. கீழ இருந்ததை இளையவன் பிஞ்சு விரல்களால் எடுத்து, மீண்டும் வாய்க்குள் வைத்துக் கொண்டான்.

காமாட்சியின் மனம் நிலையில் இல்லை. பிள்ளைகளைத் தனித்து விட்டுவந்தது அவளை ஒருவித பதற்றத்திலேயே வைத்திருக்க, கவனம் வேலையில் பதியவில்லை.

மலையை ஒட்டி அடர்ந்திருக்கும் உட்பகுதிக்குச் செல்லாமல், முன்புறத்திலேயே தேவைக்காக மட்டும் காய்ந்து கிடந்த சிறிது கட்டைகளை கயிற்றினால் முடிந்தவள், தலையில் தூக்கி வைத்துக் கொண்டு அங்கிருந்து கிளம்பினாள்.

வீட்டின் எண்ணத்திலேயே நடந்தவள், கால்களுக்கு இடையே நெளிந்து சென்ற கருநாகத்தைக் கவனிக்கத் தவறி, அடுத்த அடியை அதன் வால் பகுதியில் வைத்தாள்.

தனக்குத் துன்பம் இழைப்பதாய் நினைத்த ஜீவனும்.. அவளைத் தீண்டுவதற்காகப் படமெடுத்து நிற்க, தன்னிலைக்கு மீண்டு பயம் கலந்த அதிர்ச்சியோடு அசையாமல் நின்றிருந்தவளது கைப்பற்றி இழுத்தான் செல்வராசு.

‘உயிரை இழக்கப் போகிறோம்!’ என எண்ணியிருந்தவள்.. எதிர்பாராத நேரத்தில் அவனைக் கண்டதில் கண்களில் நீரோடு, "மாமு..!" என்றிட, "நினைப்பெல்லாம் எங்கன இருக்கு..?" எனக் கடிந்து கொண்டவன், கருநாகத்தின் புறம் பார்வையைத் திருப்பினான்.

அது இருவரையும் தீண்டுவதற்குத் தயாராய் இருக்க.. அருகில் இருந்த நீளமான குச்சியின் மூலம், பாம்பைத்

தூக்கி வேறு திசையில் வீசினான்.

நிம்மதி மூச்சுவிட்டு அவளின் புறம் திரும்ப, "நீயி எப்படி மாமு, இங்கன வந்த..?"

"நானு எப்பவும் வாரது தான்!" என்றபடி கீழே விழுந்திருந்த விறகுகளை அடுக்கி அவளிடம் நீட்டியவன், "பிள்ளைக எங்கன, நீ மட்டுமா வந்திருக்க..?"

அவனது வினாவைப் புறம்தள்ளியவள், "இங்கன உனக்கு வேல என்ன மாமு..?"

அவளின் முகம் பார்ப்பதைத் தவிர்த்து, "நேரத்தோட வீடு போய்ச் சேரு!" என நடந்தவனை, "மாமு பதில் சொல்லிட்டுப் போ!" என்றாள் காமாட்சி.

கண்களில் நீரோடு மௌனமாய்த் தன் வழியில் சென்றவனிடம், "நீயி வந்து பதில் சொல்லுற வரைக்கும், நானு இங்கன இருந்து ஒரு அடி நகர மாட்டேன்!" எனக் குரல் உயர்த்தி அழுத்தமாய் உரைத்தாள்.

திரும்பிப் பார்த்தவன் அவளது முகத்தில் நிலைத்திருந்த உறுதியைக் கண்டு, மீண்டும் அருகே சென்றான்.

காமாட்சியின் கண்களில் தொக்கியிருந்த வினாவின் பொருள் உணர்ந்தவன், "நீயி வருவியான்னு பார்க்க வருவேன்!"

"நானுதான் ரெண்டாவது மாசமானதுல இருந்து, இங்கன வாரதே இல்லயே?"

"தெரியும்.. ஆனா அதுக்கு முன்னுக்க வருவ இல்ல!"

"மாமு..?" என்றவளுக்குப் பேச்சே வரவில்லை.

"உன்னோட மகனை பார்க்க வந்தப்ப, மாமா வாசலோடவே அனுப்பிட்டாரு இல்ல! அதேன் நீயி இங்கன வாரது தெரிஞ்சு, நெதமும் உன்னையும் பிள்ளயையும் பார்க்க வருவேன்!"

"ஏன் மாமு இப்படிச் செய்யிற? என்னையத்தான் மறந்து தொலையேன்!"

"முடியலடி காமு! பாண்டியம்மா எம்மா வந்து பேசிட்டுப் போனதுக்குப் பொறவுல.. அவங்கப் பேச்சை மீறி உன்னைய வந்து பார்க்கிறது சரியா படல! அதேன்

எட்டவே நின்னுக்கிட்டேன்! என்னைக்காவது ஒருநாள் வருவ இல்ல, அப்ப ரெண்டாவது பிள்ளையையும் ஒத்த தடம் பார்த்துப் புடுவோம்னு வந்து போறேன்!"

"ரெண்டு பேரையும் தூக்கிட்டு வர முடியாதுன்னு, விட்டுட்டு வந்திட்டேன் மாமு!"

சற்றே பதற்றமடைந்தவன், "தனியாவா இருக்குக பிள்ளைக..?"

"பக்கத்து வீட்டுக் கிழவன்கிட்டச் சொல்லியிருக்கேன். பார்த்துப்பாக! பெரியவனும் சின்னவன பாசமா பார்த்துக்குவான்!"

ஒரு பெருமூச்சை வெளிவிட்டவன், "உன்னோட பிள்ளைய வளர்க்கணும்னு ஆசைப்பட்டு, அதுவும் கிடைக்காம போச்சு!"

"நீயி பொம்பளைப் பிள்ள தான கேட்ட மாமு..? அவன் மூலமா பிறக்கிற பிள்ள உனக்கு வேண்டாம்னு நினைச்சிடுச்சு போலச் சாமி! அதேன் ரெண்டும் பையனாவே பிறந்திடுச்சோ என்னமோ..?"

அவன் பதிலின்றித் தலையை மட்டும் அசைக்க, "ஏதாவது சொல்லணுமா மாமு..?" என எதிர்பார்ப்புடன் வினவினாள்.

'இல்லை' என்பதாய்த் தலையசைத்தவன் திரும்பி நடக்க, "என்னைய நினைக்காத மாமு!"

நடையைத் தொடர்ந்தவாறே, "அப்படி ஒரு நாள் வருமான்னு தெரியலடி காமு!"

"இம்புட்டு ஆசையை வச்சிக்கிட்டு, பொறவுல ஏன் விலகியே நிக்கிற..? 'வா'ன்னு ஒத்த வார்த்தைச் சொன்னா, பிள்ளைகளைத் தூக்கிட்டு உன்கிட்டயே வந்திடுறேன்!" என மனதில் இருப்பதை அதற்கு மேல் மறைக்கும் வழியறியாது.. கண்களில் நீருடன் கதறலாய் அவள் வெளிப்படையாகவே உரைக்க, தன்னிலை மறந்து அவ்விடத்திலேயே உறைந்து நின்றான் செல்வராசு.

அருகே சென்ற காமாட்சி அவனின் கையைத் தொட.. உணர்வுக்கு மீண்டவனின் கண்களில் இருந்து சட்டென்று

நீர் வெளியேறியது.

"வேணாம்டி, அது பாண்டியம்மாவோட மருமவளுக்குக் கௌரவமா இருக்காது! பொறவுல உன்னைய செல்வராசுவோட சம்சாரம்னு சொல்ல மாட்டாங்க, ஓடுகாலின்னு பேர் வச்சிடுவாங்க ஊருக்காரனுங்க. இந்தச் சென்மத்துக்கு இது போதும்! நானு எப்படியும் பிழைச்சிக்குவேன். நீயி என்னைய மறந்திட்டு, உன்னோட பிழைப்பைப் பாரு!" என்றவன் சட்டென்று அங்கிருந்து சென்றான்.

இவர்களது பேச்சை.. போதையில் இருந்த கோபால் ஒருபுறமும், மருமகளை இல்லத்தில் காணாது தேடிவந்த பாண்டியம்மா மறுபுறமும் கேட்டுக் கொண்டிருந்தனர்.

## 6

அமைதியற்ற மனதுடன் கூடத்தில் இருந்த கயிற்றுக் கட்டிலில் படுத்திருந்தார் பாண்டியம்மா. காமாட்சியும், செல்வராசுவும் பேசிக் கொண்டிருந்ததே மீண்டும் மீண்டும் அவரது காதில் ஒலித்துக் கொண்டிருந்தது.

அவரைப் பொறுத்தவரை இவ்வுலகில் ஒரு பெண்ணுக்கு இருக்கும் மனோபலம், எந்த ஒரு ஆணிடமும் இருந்துவிடாது.

உணர்வுகளைக் கட்டுப்படுத்துவதில் துவங்கி, கண்ணீரைக் கானல் நீராய் மாற்றி, வலிகளை மறைக்கும் வல்லமை பெற்றவள் பெண். மிதமிஞ்சிய சகிப்புத் தன்மையும், அதே அளவிற்குத் தன்னம்பிக்கையும், பொறுமையும்.. அதற்கு அப்படியே மாறாகத் தன்மானத்தையும் கொண்டவள். மற்றவர்களின் பேச்சில் சுணங்கிப் போகவும் இயலும்.. அதேபோல் அவற்றைப் புறம்தள்ளி நிமிர்ந்து நிற்கவும் முடியும் அவளால்!

பாண்டியம்மாவின் இந்த ஆழமான எண்ணங்களுக்கு அவர் கடந்து வந்த வாழ்க்கைப் பாதை ஒரு காரணம் என்றால், கண்முன்னே நடமாடும் மருமகள் காமாட்சி

மற்றொரு காரணம்!

இளையவள் ஒவ்வொரு நாளும் மனதிற்குள் படும் வேதனையை அவர் அறிவார் தான். அதனால் தான் மகனைத் தள்ளிவைத்து, மருமகளின் புறம் துணையாய் நின்றார்.

எந்த ஒரு பெண்ணிற்குமே திருமணம் முடிந்து விட்டால்.. அவளின் பழைய நினைவுகளும், ஆசைகளும் தூரமாகிவிடும். இந்திய மண்ணில் பிறக்கும் அவள்களின் இயல்பே அதுதான்! இயல்பு என்பதை விட, ஆரம்பக் காலத்தில் இருந்தே ஆழ்மனதில் அதை விதைத்தே இந்தச் சமூகம் அவளைக் கட்டமைத்து வளர்த்துக் கொண்டிருக்கிறது! அதற்குப் பாண்டியம்மாவும் காமாட்சியும் மட்டும் விதிவிலக்கா என்ன.?

'திருமணம் முடிந்துவிட்டது. இனி அவள் தன் மகனுக்கு மனைவியாய், தனக்கு மருமகளாய் இருக்க வேண்டும்!' என்று தான் எண்ணினார், அந்தப் பழமையில் வளர்ந்த மாமியார்.

ஆனாலும் அவளின் நடத்தையும் பெண்மையும், சந்தேகத்திற்கு இடமான பேச்சுப் பொருளாய் மாறிய பொழுது.. அவருள் இருந்த இயல்பான பெண் என்ற நிலைபாட்டிற்கான தன்மான உணர்வு ஆளுமையுடன் வெளிவந்து விட்டது.

இன்று காமாட்சியின் பொறுமை கரைந்த வார்த்தைகளில், மற்றவனுக்கு மனைவியாகி இரண்டு பிள்ளைகளை ஈன்றெடுத்துவிட்ட பொழுதும் எண்ணியவனின் மீதான நேசமும் நம்பிக்கையும் துளியும் குறையாது அப்படியே இருந்ததை அறிந்த பொழுது.. முதன்முதலாய் 'தான் தவறு செய்கிறோமோ?' என்று மெலிதான வருத்தம் கலந்த சிந்தனை அவருள் எழுந்தது.

தன் மகனுடனான கட்டாயப் பந்தத்தில் அவளின் சகிப்புத் தன்மை முற்றிலுமாய்க் கரைந்து.. இதுவரை அமைதியாய் இருந்த தன்மானமானது தன் இருப்பை வெளிக்காட்டுவதாய் உணர்ந்தார்.

பிடித்தமில்லாத வாழ்வினில் தன்னைப் பொருத்திக் கொள்வதற்காக அவள் தனக்குள்ளே நடத்தும் போராட்டமும், அதன் இறுக்கத்தினில் இருந்து வெளிவரத் துடிக்கும் ஏக்கமுமாக.. செல்வராசுவிடம் காமாட்சி உரைத்த சொற்களின் பொருளாய் அறிந்தார் பாண்டியம்மா.

'இனிமேலும் பெண்மையை அழுத்தி கோபாலின் மனைவி என்ற உறவில் அவளைப் பிணைத்து வைத்திருக்க வேண்டுமா? தான் இருக்கும் வரை சரி, அதன்பின் அவளின் நிலை என்னவாகும்? தன் மகன் மனைவி மற்றும் பிள்ளைகளுக்காகப் பொறுப்புடன் நடந்து கொள்வானா?' என்ற வினாக்கள் வரிசையாய் எழுந்தன.

'அதற்கான விடைகளைச் சீக்கிரம் கண்டறிய வேண்டும் அன்றி வினாக்களையே மாற்றியமைக்க வேண்டும்!' என்று உறுதி எடுத்துக் கொண்டு, நள்ளிரவிற்கு மேல் கண்ணயர்ந்தார்.

எப்பொழுதும் அதிகாலையிலேயே வயலுக்குச் சென்றுவிடும் பாண்டியம்மா, அன்று மதிய நேரத்தை நெருங்கும் வேளையிலும் வீட்டிலேயே இருப்பதைக் கண்ட காமாட்சி, "அய்த்த.."

கேள்விப் பார்வையோடு நோக்கியவரிடம், "வயக்காட்டுக்குப் போவலயா.?"

"ஒரு முக்கியச் சோலி இருக்குக் காமாட்சி, அதேன் போவல!"

"சேரிங்க அய்த்த.. நானு போயி உலையை வைக்கிறேன்!" என நகர்ந்தவளிடம், "என் மவன் மேல எந்தளவுக்கு வெறுப்பை வளர்த்து வச்சிருக்கக் காமாட்சி..?"

சட்டென்று நின்றவள் அவரைக் கேள்வியாய்ப் பார்க்க, "அவனால உன்னோட மனசுல இருக்கிற செல்வராசுவோட நினைப்பை மாத்த முடியல. ஒருத்தனை மனசுல நினைச்சிக்கிட்டு, இன்னொருத்தனுக்குப் பிள்ளையைப் பெத்துக்கிட்டு என்னத்துக்கு இந்த ரெட்டை வாழ்க்க..?"

காமாட்சியின் கண்கள் அனிச்சையாய்க் கலங்கிவிட, "நானும் உங்க மவனை நினைக்கணும்தான் பார்க்கிறேன்

அய்த்த! ஆனா அவரோட எந்தக் குணமுமே என்னோட மனசுக்கு ஒப்ப மாட்டிக்கிது!"

ஒரு பெருமூச்சை வெளியிட்டவர், "சரி.. இனிமேலும் நீயி இந்த வேதனையைச் சுமக்க வேணாம்! விரசாவே இதுக்கு ஒரு முடிவு எடுக்கிறேன்!" என்றவர் மூத்த பெயரனைத் தூக்கிக் கொண்டு, வெளியே சென்றார்.

மாமியார் உரைத்துவிட்டுச் சென்ற சொற்களின் பொருளை உணர முடியாமல், குழப்பத்துடன் வீட்டு வேலைகளில் கவனத்தைத் திருப்பினாள் காமாட்சி.

முதல்நாள் மாலை மனைவியையும் அவளின் காதலனையும் கண்ட கோபால்.. அவர்களின் பேச்சில் தனது ஆண்மை சீண்டப்பட்டதாய் எண்ணி, மிதமிஞ்சிய சினத்துடன் கள்ளுக்கடைக்குச் சென்றான்.

இரவு முழுவதும் மதுவிலேயே திளைத்திருந்தவனுக்கு.. மறுநாளின் நண்பகலிற்குப் பிறகே சற்று போதைத் தெளிந்தது. நிதானத்துடன் சேர்ந்து, முதல்நாள் நிகழ்வுகளும்!

காமாட்சி தன்னை ஏமாற்றி விட்டதாய் எண்ணியவன்.. அதனால் எழுந்த அதிகப்படியான சினத்துடன் இல்லம் நோக்கி விரைந்தான்.

இரண்டாம் மகன் தொட்டிலில் உறங்கிக் கொண்டிருக்க.. அன்னையானவள் உணவு தயாரிக்கும் பணியில் ஈடுபட்டிருந்தாள்.

"ஏய்.. என்னடி செஞ்சிக்கிட்டு இருக்க..? உள்ளார இருக்கியா, இல்ல அவனைத் தேடிப் போயிட்டியா ---- ?" என்று செவி கூசும் படியாய் வாயிலில் நின்று தகாத சொற்களை உரைக்க.. அக்கம் பக்கத்தினர் கூடிவிட்டனர்.

ஒலி கேட்டு வெளியே வந்த காமாட்சி, கணவனின் தரம் இறங்கிய செயலால் மற்றவர்களின் முன் கூனிக் குறுகிப் போனாள்.

அனிச்சையாய்க் கண்கள் கலங்க, "ஏன் இப்படி எல்லார் முன்னுக்கயும் அசிங்கப் படுத்துறீங்க மாமா? நானு உங்களுக்கு அப்படி என்ன செஞ்சுப் புட்டேன்..?"

"நீயிதான் எனக்குன்னு ஒண்ணுமே செய்யலியே? அவனுக்காகத்தான அம்புட்டையும் செஞ்சிக்கிட்டு இருக்க..!"

"அசிங்கமா பேசாதீங்க மாமா..!" என உள்ளே போன குரலில் உரைத்தவளை நெருங்கி ஒரு அறை விட்டவன், "நான் பேசுறது உனக்கு அசிங்கமா இருக்கா? அவனோட ஓடிப்போக நினைச்சது அசிங்கமா தெரியலியோ உனக்கு..?"

காமாட்சி அதிர்ச்சியுடன் பார்க்க, "என்ன இவனுக்கு எப்படித் தெரிஞ்சிச்சின்னு பார்க்கிறியா? நேத்து காட்டுப் பக்கத்துல நீயும் அவனும் கொஞ்சிக் குலவுனதை நானும் பார்த்துக்கிட்டுத் தான் இருந்தேன்!" என அவளின் குழலை பற்றி இழுத்துக் கீழே தள்ளினான்.

எட்டி உதைத்தபடி, "*** அது எப்படி டி கட்டுனவனை விட்டுட்டு இன்னொருத்தன் கூடக் குடும்பம் நடத்த முடியிது உன்னால.? அதுக்குப் பேரு என்னன்னு தெரியிமா, நல்ல பொண்டாட்டியா நீயி.? நல்ல அப்பன் ஆத்தாளுக்குத் தான் பிற.." பேச்சை முடிக்கும் முன்னே.. வாயிலைச் சுத்தம் செய்யும் துடைப்பத்தால் மகனை அடி வெளுக்கத் துவங்கிவிட்டார் பாண்டியம்மா.

சென்ற வேலை அவருக்குச் சாதகமாய் முடியாததால் விரைவிலேயே வீட்டிற்குத் திரும்பியவர்.. வாயிலில் கூட்டம் கூடியிருப்பதைக் கண்டு அவசரமாய் அவர்களைக் கடந்து வந்த போது தான், கோபால் காமாட்சியை அடிப்பதைக் கண்டார்.

அவனது செயலில் சினம் கொண்டவர் இடையில் தூக்கி வைத்திருந்த பெயரனை கீழே இறக்கிவிட்டு, செய்த செயல் தான் அது!

"அவளைப் பெத்தவங்க நல்லவங்களோ, கெட்டவங்களோ.. ஆனா நானு உன்னைய நல்ல முறையில தானடா பெத்தேன்..? நாலு சுவத்துக்குள்ள பேச வேண்டியதை, ஊருக்கு முன்னுக்கப் பேசி.. இப்படி என் வம்சத்தைச் சந்திச் சிரிக்க வச்சிட்டியே..? இது நல்ல மகன்

செய்யிற காரியமா..? இப்ப சொல்லு.. பிறந்த நீயி சரியில்லயா, இல்ல பெத்த நானு சரியில்லாதவளா..?"

அன்னையின் வரைமுறையற்ற அடிகளைத் தேகத்திலும், சூடான சொற்களைச் செவிகளிலிலும் வாங்கியபடி, ஊராரின் முன்னிலையில் தலைகுனிந்து நின்றிருந்தான் கோபால்.

"அவளை என்னடா நல்ல பொண்டாட்டியான்னு கேட்கிற? நீயி முதல்ல நல்ல புருஷனா இருந்திருக்கியா? தாலியைக் கட்டிப் பிள்ளையைக் கொடுத்தா மட்டும், ஒரு பொண்ணுக்கு அவன் புருஷனாகிட முடியாது!

அவளோட உடம்புக்குத் தேவையானதை விட, மனசுக்கு என்ன வேணுமோ.. அதைக் கொடுக்கத் தெரிஞ்சிருக்கணும்! வீட்டுப் பொம்பளையோட நடத்தை எப்படி ஆம்பளைக்குக் கௌரவமோ.. அந்த ஆம்பளையோட நடவடிக்கைத்தான், வீட்டுப் பொம்பளைக்கான மரியாதை!

இன்னாரோட சம்சாரம்னு சொன்னாத்தான்டா அவளுக்கு மரியாதையும் பெருமையும்! அது கிடைக்கும் போதுதான், உனக்கான கௌரவமா அவ இருப்பா!

இன்னைக்கு வரைக்கும்.. கோபாலனோட பொண்டாட்டின்னு அவளுக்குப் பேர் வாங்கிக் கொடுத்திருக்கியா நீயி..? செல்வராசு ஆசைப்பட்ட பொண்ணு, பாண்டியம்மா மருமவன்னு தான் அவளைச் சொல்லுறாங்களே தவிர, உன்னைக் கட்டுனவன்னு சொல்ல மாட்டிக்கிறாங்க!

நீயி அப்படிச் சொல்லுற மாதிரி.. வேலை வெட்டிக்குப் போயி, கௌரவமா பிழைச்சாத்தான..? மானங்கெட்டப் பையன், அவளைச் சொல்ல வந்திட்டான்!" என மகனை சொற்களாலும் கையாலும் அவர் கண்டிக்க, எதுவும் செய்ய இயலாது மனதிற்குள்ளேயே பெற்றவளிடமும், தேகம் பகிர்ந்தவளிடமும் வன்மத்தை வளர்த்துக் கொண்டான் கோபால்.

"என்னத்தைப் பார்க்கிறீங்க எல்லாரும்..?" எனச் சுற்றி இருந்தவர்களை அவர் உறுத்து விழித்து வினவ, தங்களுக்குள் பேசியபடி அனைவரும் கலைந்து சென்றனர்.

"இன்னொரு தடம் அவ மேலக் கையை வச்ச.. மவன்னு கூடப் பார்க்க மாட்டேன். சீம எண்ணெயை ஊத்தி கொளுத்தி விட்டுப்புடுவேன் பார்த்துக்க, போடா!" என்று கோபாலை பெரியவர் துரத்திவிட, சிவந்த முகத்தோடு அங்கிருந்து நகர்ந்தான்.

இருள் சூழ்ந்து விட்டிருந்தது. தனது வழக்கமான இடமான கள்ளுக்கடைக்கு வந்தவன், பட்ட அவமானத்தை மதுவினால் மறக்க முயன்றான். ஆனால் அவனுள் ஏறிய போதையோ.. கோபாலிற்குள் இருந்த மனிதனை மொத்தமாய்க் கொன்று, மிருகமாய் மாற்றிக் கொண்டிருந்தது.

## 7

கூடத்தின் ஒரு மூலையில்.. வாங்கிய அடியின் வலியினால், உடலைக் குறுக்கிச் சுருண்டு படுத்திருந்த மருமகளின் அருகே வந்தார் பாண்டியம்மா.

"ஆத்தா எழுந்திரி எம்புட்டு நேரந்தான் இப்படியே படுத்துக் கிடப்ப? ஒருவாய் சாப்பிடு கண்ணு!"

அன்னைக்கு ஈடான மாமியாரின் ஆதரவான சொற்களில் அவளுக்குக் கண்களில் ஊற்றெடுக்க, "இந்தத் தரங்கெட்டவ மேல அப்படி என்ன அய்த்த உங்களுக்குப் பாசம்? பெத்த மகனையே அடிச்சுத் துரத்தி விட்டீங்களே..?"

"யாரு ஆத்தா தரம் கெட்டவ. நீயி என் வம்சத்தைத் தழைக்க வைக்க வந்தவக் காமாட்சி. ஊதாரிப் பையன், விபரம் இல்லாதவன்னு சொல்லி.. ஊருல எவனுமே என் மவனுக்குப் பொண்ணுத் தர மாட்டேன்னுட்டாங்க!

உன்னைய பத்தி அம்புட்டும் தெரிஞ்சதுனால தான், எப்படியும் அவனை இழுத்துப் பிடிச்சுக் கரை

சேர்த்திடுவன்னு நம்பிக் கட்டி வச்சேன்!

ஆனா நீயும், அந்த ராசு பயலும் இம்புட்டு உசுரா இருப்பீங்கன்னு நானு நினைக்கல. எவன் என்ன சொன்னாலும் சரி.. எனக்குத் தெரியும், என் மருமக அவனை மனசுல நினைச்சதைத் தவிர வேற எந்தப் பாவமும் அறியாதவ!

உன்னோட அப்பன் கல்யாணம் பேச வந்த அன்னைக்கே.. நானு வேணாம்னு ஒத்த வார்த்தைச் சொல்லியிருந்தா, அந்த ராசுவையோ இல்ல வேற எவனையோ கட்டிக்கிட்டு நிம்மதியா இருந்திருப்ப!

மனசு அழுக்குப் பிடிச்சவனைப் போயிக் கட்டி வச்சு, உனக்கு நரக வேதனையை வாங்கித் தந்திட்டேனே ஆத்தா..!" என நெகிழ்ந்த குரலில் உரைத்தவர், காமாட்சியை ஆதரவாய் அணைத்துக் கொண்டார்.

சிறிது நேரம் கழித்து அவளைச் சமாதானம் செய்து உண்ண வைக்க, பிள்ளைகளின் வயிற்றை நிரப்பி உறங்க வைத்தாள் காமாட்சி.

இளைய மகனைத் தொட்டிலில் போட்டு ஆட்டிக் கொண்டிருந்த மருமகளிடம் வந்த பாண்டியம்மா, "ஆத்தா எழுந்திரி!"

"என்னங்க அய்த்த.?" என்றபடியே எழ.. சற்றும் எதிர்பாராத அந்தச் செயலைச் செய்தார் பெரியவர்.

இளையவள் அதிர்ந்து, "அய்த்த..?"

அவளின் கழுத்தில் இருந்து கழட்டிய தாலிக் கயிற்றை உள்ளங்கையில் பத்திரப்படுத்திக் கொண்ட பாண்டியம்மா, "நீயி போ ஆத்தா.."

"என்னங்க அய்த்த, என்னென்னமோ சொல்லுறீங்க..?"

"மத்தியானம் பஞ்சாயத்து ஆளுங்களைத்தான் பார்க்கப் போனேன்! இந்த உறவை முறிச்சு விடச் சொல்லிக் கேட்டேன்! ஊருக்குன்னு ஒரு மரியாதை இருக்கு, அதைச் செய்ய முடியாதுன்னு சொல்லீட்டாங்க!"

"எதுக்கு அய்த்த.?" என்றவளின் குரலே வெளிவரவில்லை. கண்களில் இருந்து நில்லாமல் அருவி

வெளியேறியது.

"அனுபவிச்சது போதும், இனிமேலாது ஆசைப்பட்டவனைக் கட்டிக்கிட்டு நீயி சந்தோஷமா இரு!"

சற்றே அதிர்ந்தவள், "அய்த்த..! ரெண்டாவது கல்யாணமா.. நா.. நானா..?"

"ஏனாத்தா இப்படிக் கேட்கிற.? பொண்டாட்டி செத்தா புருஷன் புதுமாப்பிள்ளைனு சொல்லுவாங்க. ஏன் ஆம்பளைங்களுக்கு மட்டும் தான் மனசும், ஆசையும், உடம்பும் இருக்குதா.? பொம்பளைங்களுக்கு இருக்காதா..? என் மவன் இருந்தும், இல்லாத மாதிரிதான் ஆத்தா. போ.. இனிமேலுக்கு உனக்கு இந்த வேதனை வேணாம்!"

"அய்த்த.. ஊரு..?"

"அசிங்கமா பேசுவானுங்க, வேற வேலைப் பிழைப்பு வேணுமே! பேசினா பேசிட்டுப் போறானுங்க! எப்படியும் ராசு உன்னைய வான்னு கூப்பிட மாட்டியான். அதுனால நீயே போ!"

ஏனோ மனம் படபடவென்று அடித்துக் கொண்டது காமாட்சிக்கு. ஆசைக் கொண்ட மனம், ஒருபுறம் அவனுடன் இணைந்திட துடிக்க.. மற்றொரு மனமோ அவளுள் இருக்கும் தாய்மையை இம்சித்து வலியைக் கொடுத்தது!

'ஊருக்காக அஞ்சி பொருளற்ற ஒரு வாழ்வா, ஊரார் தூற்றினாலும் மனதிற்கு நிம்மதியா?' என்று மூளை நடத்திய பட்டிமன்றத்தில் ராசுவிடம் ததும்பி நின்ற அன்பு.. அவன் பக்கம் பெண்மைக்குத் தீர்ப்பு வழங்கியது.

"அய்த்த பிள்ளைக தூங்குதுகளே..?" என்றவளிடம், "அதுக இருக்கட்டும், நீயி போ!"

சற்றே திடுக்கிட்டவள், "நானு மட்டுமா, பிள்ளைக இல்லாம எப்படி அய்த்த.?"

"இதுக என்னோட குடும்பத்து வாரிசு. இங்கனதான் இருக்கணும். நானு பார்த்துக்கிடுதேன், என் உசுர இருக்கிற வரைக்கும். அதுக்குப் பொறவுல நீயி கூட்டிக்கிட்டுப் போ!"

பெரியவரின் பேச்சை மீறவும் முடியாது, பிள்ளைகளை விட்டுச் செல்லவும் இயலாது, முழுமனதுடன் தற்போதைய வாழ்வினை ஏற்கவும் முடியாது, அதேநேரம் எதிர்காலத்தைப் பற்றிய பயத்தை ஒதுக்கிடவும் இயலாது.. தவிக்கும் மனதுடன் மெல்ல வாயிலை நோக்கி அடியெடு வைத்தாள் காமாட்சி.

வழியில் பார்ப்பவரின் கண்கள் எல்லாம் அவள் மீது ஒரு நொடிக்கும் மேலாகப் பதிந்து மீண்டன. கழுத்தில் இருந்து இறங்கிய தாலிக்கயிறின் கனம், மனதில் ஏறி அழுத்தியது.

புடவை முந்தானையைக் கழுத்தைச் சுற்றிப் போட்டு தனது நிலையை மறைத்தாள் காமாட்சி. ஐந்து நிமிடத்திற்கு மேல் அவளால் தாக்குப் பிடிக்க முடியவில்லை.

'சில நிமிடங்களே இந்த மனிதர்களை எதிர்கொள்ள இயலவில்லையே, வாழ்நாள் முழுமைக்கும் ஓடிப்போனவள் என்ற பெயருடன் வாழ இயலுமா?' என மூளை எழுப்பிய வினாவில் பெண்ணவளின் தைரியம் எல்லாம் கரைந்துதான் போனது.

கால்கள் அடுத்த அடி எடுத்து வைப்பதற்குத் தயங்க.. மனமோ, ஈன்ற பிள்ளைகளின் நிலையை எண்ணி பின்னோக்கிச் செல் என்றது. காதலை விடத் தாய்மை வலிமையாய் மாறி அவளை ஆட்டுவிக்க, திரும்பி நடக்கத் துவங்கினாள்.

வாயிலில் மருமகளைக் கண்ட பாண்டியம்மா, "என்ன ஆத்தா வந்திட்ட..?"

"மனசு பாரமா இருக்கு அய்த்த, என்னோட தாலியைக் கொடுத்திடுங்களேன்!" என்றவளின் குரலில் மிதமிஞ்சிய வலி தெரிந்தது.

"காமாட்சி.. என்னாச்சு கண்ணு..?"

"மாமன் என்னைய நிச்சயம் ஏத்துக்காது அய்த்த. அதுக்கு என்மேல ஆசையை விட, உங்க மேல இருக்கிற மரியாதை அதிகம்! அதுவும் பிள்ளைகள விட்டுட்டுப் போனா, நிச்சயமா என்னோட முகத்தைக்கூட நிமிர்ந்து

பாக்காது! நானு எங்கேயும் போல, கடைசி வரைக்கும் உங்க மருமவளாவே இருந்திடுதேன்!" என்று காலில் விழுந்து அழுதவளைக் கண்டு, பெரியவரின் நெஞ்சமும் கனத்தது.

காமாட்சிக்கு பாண்டியம்மா எவ்வளவோ எடுத்துக் கூறியும், அவள் தன் சொல்லிலேயே உறுதியாய் நின்றாள். வேறு வழியின்றி அவர்தான் இறங்கி வரவேண்டியது ஆயிற்று.

தாலிக் கயிற்றை வாங்கி அணிந்து கொண்டவளுக்கு, செல்வராசுவைப் பற்றிய கவலை மட்டும் குறைந்த பாடில்லை.

பிள்ளைகள் இன்னுமே துயில் கலையாமல் இருக்க, "அய்த்த ஒரு எட்டு ஊருக்குப் போயி மாமனைக் கடைசியா ஒருதடவை மட்டும் பார்த்திட்டு வந்திடுதேன்!"

பாண்டியம்மா அவளைக் குழப்பத்துடன் பார்க்க, "அது இப்படியே இருந்திச்சின்னா, நான் செத்தாக்கூட அந்தப் பாவம் என்னைய துரத்தும்! அதுக்கிட்டப் பேசி யாரையாவது கட்டிக்கன்னு சொல்லீட்டு வந்திடுதேன்!"

ஒரு பெருமூச்சை வெளியிட்டவர், "நீயி சொன்னா ராசு கேட்பியான்னு நினைக்கிறியா காமாட்சி!"

"மாமா கேட்கணும், கேட்கிற மாதிரி சொல்லணும்!" என நீண்ட மூச்சை வெளிவிட்ட படி.. முன்பிருந்த தயக்கம் இல்லாது வீதியினில் இறங்கி நடந்தாள் அவள்.

இருள் கவிழ்ந்த நேரத்தில் தன் வீட்டு வாயிலில் நின்றிருந்த முன்னாள் காதலியை அதிர்ச்சியுடன் பார்த்த செல்வராசு, "காமு? இந்த நேரத்துல இங்கன என்ன செய்யிற.?"

"உன்கிட்டப் பேசணும் மாமு, உள்ளார வரவா.?"

ஏனோ அவனின் மனம் படபடவென அடித்துக் கொண்டது. 'இரவு நேரத்தில் அவள் இங்குத் தனித்து வந்திருப்பது சரிதானா? அவளின் பிறந்த வீட்டினருக்கோ அன்றிப் புகுந்த வீட்டினருக்கோ இந்த விசயம் தெரிந்தால் என்னவாகுமோ..?' எனப் பயம் எழுந்தது.

அத்தோடு காரணம் இன்றி.. முதல் நாள் மாலை, 'வா என அழைத்தால் உடனே வந்து விடுவேன்!' என்று அவள் உரைந்திருந்தது வேறு நினைவிற்கு வந்து, அவனின் மனதை அலைக்கழித்தது.

அதை வெளியே காட்டிக் கொள்ளாது.. 'வா' என்று சொற்களாய் அல்லாது தலையசைப்பில் அவளை அழைத்தான். உள்ளே வந்தவளுக்கு அருந்த நீர் கொடுக்க, மறுப்பேதும் கூறாது பெற்றுக் கொண்டாள்.

"எம்புட்டு நாளைக்கு இப்படியே இருப்ப மாமு..?"

"நீயி வந்திருக்கிறது பாண்டியம்மா எம்மாக்குக் தெரிஞ்சிச்சினா..?" என்றவனின் பேச்சை இடைமறித்தவள், "அய்த்தைக்குத் தெரியும் மாமு, சொல்லீட்டுத் தான் வந்தேன்!"

அவன் குழப்பத்துடன் பார்க்க, "நீயி என்னோட உடம்பை ஆசைப்பட்டியா, மனசை ஆசைப்பட்டியா மாமு..?"

அவளது வினாவில் அதிர்ந்தவன், "என்ன பேச்சு இது காமு? சின்ன வயசுல இருந்து ஒண்ணா பழகியிருக்கோம், என்னைய பத்தித் தெரியாதா உனக்கு..?"

"இப்ப நாலரை வருசம் ஆச்சு மாமு, மனசுல இருக்க ஆசை மாறியிருக்கும்ல.? அதான் கேட்டேன்!"

"எனக்கு உன் உடம்பு மேலயும் ஆசை இருந்திச்சுடி காமு, நீயி பாண்டியம்மாவுக்கு மருமவளாகுற வரைக்கும்! பொறவுல அது சரியில்லன்னு தோணுச்சு, மனசை மாத்திக்கிட்டேன்!"

"உடம்பும் மனசும் வேற வேற தான மாமு..?"

"வேற வேற தான்டி! மனசுதான் உன்னைய நினைச்சிக்கிட்டு இருக்கு, உடம்பு உன்னைய தேடல!"

"என் மனசுலயும் நீயிதான் இருக்கிற மாமு, ஆனா வாழ்க்கையில உன்னோட இருக்க முடியல. அது என்னைக் கட்டிக்கிட்டவனுக்குச் சொந்தமாகிடுச்சு! உன் மனசுல நான் எங்கேயோ ஒரு ஓரத்துல இருந்திட்டுப் போறேன்! என்னைய தள்ளி வச்சிட்டு, வேற ஒருத்திய

கட்டிக்க மாமு!"

மெலிதாய்ப் புன்னகைத்தவன், "அதை முடிஞ்சா இந்நேரம் செஞ்சிருக்க மாட்டேனா..?"

"எனக்காகச் செய் மாமு!" என்றவள் கோபால் அன்றைய தின பகல் பொழுதினில் நடந்து கொண்ட விதத்தைக் கூறி, "நீயி தனியா இருக்கிறதால தான் என்னோட புருசன் இப்படி அசிங்கமா பேசுறாரு. அதுவே உனக்குன்னு ஒருத்தி இருந்தா, அவங்க மனசுல தப்பான நினைப்பெல்லாம் வராதுல்ல..?"

அவன் அதிர்ந்து, "அவன் உன்னைய இம்புட்டுத் தூரம் கொடுமை செய்யிறானா காமு? அவனைப் பெத்தவங்க என்ன வேடிக்கைப் பார்த்துக்கிட்டு இருக்காகளா..?"

"அய்த்த ரொம்ப நல்லவங்க மாமு!" எனப் பாண்டியம்மா மகனுக்கு வழங்கிய தண்டனையைத் தெரியப் படுத்தியவள், "நீயி இப்படி இருக்கிறது மனசுக்குக் குற்ற உணர்ச்சியா இருக்கு மாமு. என்னால என் புருசன்கூட நிம்மதியா குடும்பம் நடத்த முடியல! பிச்சையா கேட்கிறேன், எனக்காக இதை மட்டும் செய்யி மாமு!" என்றவள் தன் புடவையின் முந்தானையை விரித்து அவன் முன் கைஏந்திய படி நின்றாள்.

அவளின் செயலில் ராசுவின் கண்கள் கலங்கிவிட.. அரை மனதுடன் தலையசைத்தவன், "நிச்சயமா எவளையாவது கட்டிக்கிறேன். அதுவும் உனக்காக!"

"கல்யாணம் கட்டினா மட்டும் பத்தாது. அவக்கூடச் சந்தோஷமா இருக்கணும், சீக்கிரமே பிள்ள பெத்துக்கணும்!"

ஒரு பெருமூச்சை வெளியிட்டவன் 'சரி' என்பதாய்த் தலையை மட்டும் அசைக்க, "நானு போறேன் மாமு. இனிமேலும் என்னைய காட்டுப் பக்கம் கூட நீயி பார்க்க வரக்கூடாது! இதுதான் நானும் நீயும் பார்த்துக்கிடுற கடைசித் தடமா இருக்கணும். ஒருவேளை அப்படி நீயி பார்க்க வந்தா, அதுதான் என்னோட கடைசி நாளா

இருக்கும்!" என்று உறுதியுடன் உரைத்துவிட்டுச் சென்றாள் அவள்.

மனதிற்குள்ளேயே காதல் கொண்டிருப்பவனோ.. ஊமையாய்க் கண்ணீர் வடித்தான்!

ராசுவின் வாழ்வில் மாற்றம் வர வேண்டும் என்று அவள் சொல்லிச் சென்ற வார்த்தைகள், இருவரது எதிர்காலத்தையும் மாற்றி அமைக்கும் வல்லமைப் பெற்றதாய் மாறிப் போனது தான் விதி!

* * *

இல்லம் திரும்பிய கோபால் இரவின் துணைக்காக மனைவியைத் தேட.. அவளை அங்குக் காணாது அன்னை பாண்டியம்மாவிடம் வினவினான்.

"மத்தியானம் அந்தப் பேச்சுப் பேசி, அந்தப் பிள்ளைய அடிச்சிப்புட்டு.. இப்ப எந்த மூஞ்சியை வச்சிக்கிட்டு வந்து அவளைத் தெடுற? வெளியப் போடா எடுபட்டப் பயலே!" என்று அவனைத் துரத்திவிட.. சந்தேகம் எனும் பேய் ஆட்டுவிக்கத் துவங்கியது.

'காமாட்சி இங்கே இல்லை என்றால் நிச்சயம் செல்வராசுவைத் தேடித்தான் சென்றிருப்பாள்!' என மூளை சரியாய்க் கணித்து அவனுக்குத் தவறாய்க் காட்டிக் கொடுத்திட.. அவர்களின் ஊரை நோக்கிச் சென்றான் கோபால்.

ராசுவின் வீட்டை நோக்கிச் சென்றவனது கண்களில், உள்ளிருந்து வெளியே வந்த காமாட்சி பட.. மனதிலும் மூளையிலும் தகித்த சினத்தைக் கட்டுப்படுத்திக் கொண்டு, தனது ஊருக்குச் செல்லும் பாதையில் திரும்பினான்.

## 8

'ராசுவிடம் பேசிவிட்டு வருகிறேன்' என்று இரவில் சொல்லிச் சென்ற காமாட்சி, விடிந்த பின்னரும் வீடு வந்து சேரவில்லை.

‘எப்படியும் வந்து விடுவாள்!’ என்றெண்ணிய பாண்டியம்மாவிற்கு நேரம் செல்ல செல்ல பயம் பிடித்துக் கொண்டது.

ஒருமனம்.. ‘அவ மனசு மாறி ராசுக்கூடவே இருந்திக்கிட்டா போல..!’ என அவளின் இல்லாத வருகைக்குச் சமாதானம் உரைக்க.. மறுமனமோ, ‘ராத்திரி அப்படிப் பேசிட்டுப் போனவ, உடனே மனசு மாறுவாளா என்ன? என்னத்துக்கு அவ இன்னும் வரலைன்னு தெரியலியே? என்னவும் பிரச்சனை வந்திருக்குமோ..?’ என்று புலம்பித் தவித்தது.

விடியும் வரை பொறுத்தவர் அதற்கு மேல் நேரம் கடத்த விரும்பாது, இரு பெயரன்களையும் அழைத்துக் கொண்டு கிளம்பினார்.

பேருந்து பயணம் முடிந்து இறங்கி நடந்தவரின் கவனத்தை.. காமாட்சியின் ஊர் எல்லையில் ஆலமரத்தின் அருகே கூடியிருந்த கூட்டம் தன்வசம் இழுத்தது.

இன்னதென்று புரியாத உணர்வுடன் உள்ளம் படபடக்கச் சென்றவர், அங்கே கண்ட காட்சியில் அதிர்ச்சியின் உச்சத்தில் உறைந்து நின்றார்.

ராசு கீழே விழுந்து தலையில் அடித்தபடி அழுது கொண்டிருக்க.. ஆலமரத்தில் இருந்த விழுது ஒன்றினால் கழுத்து இறுகி.. கண்களும், நாவும் வெளியே பிதுங்கி உயிரற்ற உடலாய்த் தொங்கிக் கொண்டிருந்தாள் காமாட்சி.

பாண்டியம்மா தன் கண்களையே நம்ப முடியாமல், இமைகளைக் கையால் அழுந்த தேய்த்துவிட்டுப் பார்த்தார். சட்டென்று விழிகளில் நீர் நிறைந்து கன்னத்தில் வழிந்தது.

அனிச்சையாய் அவரின் கைகள் பிள்ளைகளின் கண்களை மறைத்து தனக்கு மிக நெருக்கமாக்கிக் கொண்டன. உடலெங்கும் யாரோ கத்தியால் கீறியது போல் ஒரு பிரம்மை. அதன் எதிரொலியாய் இதயத்தில் இருந்து குருதி கொட்டுவதாய் எண்ணி துடிதுடித்துப் போனார்.

வாய்விட்டுக் கதறத் தோன்றியது. ஆனால் அவருள் இருந்த அந்த நிமிர்வு, அதைச் செயல்படுத்த விடாது

தடுத்து நிறுத்தியிருந்தது.

விபரம் அறிந்து இரு ஊராரும் ஒன்று திரண்டுவிட்டனர். காமாட்சியின் தங்கைகளிடம் குழந்தைகளை ஒப்படைத்த பாண்டியம்மா.. ராசுவின் அருகே சென்றார்.

காமாட்சியின் நடத்தையைப் பற்றிய வினாக்களும், பொருந்தாத விடைகளும்.. ஊருக்குள் வலம் வந்து கொண்டிருக்க.. அதை மேலும் வெளிப்படுத்தித் தங்களது ஊரின் பெயரில் தவறான பிம்பம் பதிந்துவிடக் கூடாது என்பதற்காக, அவளது இறப்பைப் பற்றிக் காவல்துறைக்குத் தெரியப்படுத்தாது தங்களுக்குள்ளேயே மறைக்க முடிவெடுத்தனர், ஊர் பெரியவர்கள்.

அதன்படி.. அனைத்துப் பணிகளையும் துரிதமாய் முடிக்க எண்ணி, ஆட்களை வைத்து காமாட்சியின் உடலைக் கீழே இறக்கும் பணியில் இறங்கினர்.

தன்னருகே கேட்ட பாண்டியம்மாவின், "அய்யா ராசு!" என்றவரின் அழைப்பிற்கு நிமிர்ந்து பார்த்தவன், "எம்மோய் என்னைய மன்னிச்சிடுங்கம்மோய். நானு துணைக்கு வந்தா ஊரு பயலுக தப்பாப் பேசிப் புடுவாங்கனுதான், அவ தனியா போறப்ப பேசாம இருந்தேன். இப்படி ஆவும்னு அறிஞ்சிருந்தா.. நானே கூட்டியாந்து விட்டிருப்பேன். இல்லையினா என்கூடவே வச்சிருந்திருப்பேன்!

ஊருக் காரவங்கப் பேச்சுக்குப் பயந்து.. என் காமுவை நானே கொன்னுட்டேனே எம்மோய்! வான்னு ஒத்த வார்த்தைச் சொல்லு வந்திடுறேன்னு சொன்னா.. இப்படியாவும்னு தெரிஞ்சிருந்தா எங்கனயாவது கூட்டிட்டுப் போயிக்கூடக் குடும்பம் நடத்தியிருப்பேனே!

என்னைய பார்க்க வராத, அப்படி வந்தா அதுதான் என்னோட கடைசிநாளா இருக்குமுனு சொல்லீட்டு வந்தாளே! உசுரோடவாது இருக்கட்டுமுனு நினைச்சேனே, இப்படி மொத்தமா என்னோட உசுரையும் சேர்த்துக் கொண்டு போவான்னு நினைக்கலையே..?" என்று வாய்விட்டுக் கதறி அழுதவனின் சொற்கள், ஊராரின்

மனதில் அவர்கள் இருவருக்கும் இடையேயான அன்பை.. வேறு வடிவத்தில் பதிய வைத்தது.

ஊரில் ஒரு வழக்குச் சொல் உண்டு, 'காமாலைக் காரனுக்குப் பார்ப்பதெல்லாம் மஞ்சளாகத்தான் தெரியும்' என்று!

இங்கு நடந்ததும் அதுவே! ராசு காமாட்சியின் இறப்பிற்குப் பின்.. 'இனி தான் உயிரற்ற நடைபிணமாய் வாழ வேண்டும்!' என்று "என்னோட உசுரையும் சேர்த்துக் கொண்டு போவான்னு நினைக்கலயே!" என அன்பின் காரணமாய் உரைத்ததை, அவனின் உயிரணுவைத் தன்னுள் தாங்கி மரணித்துவிட்டதாய் அர்த்தம் கொண்டு விட்டனர்.

பாண்டியம்மாவிற்கு ராசுவின் மனவேதனைப் புரிந்தாலும், மற்றவர்களுக்குத் தான் புரிவதாய் இல்லை! இறப்பிலும் காமாட்சிக்கு ஒழுக்கமற்றவள் என்ற பெயரே கிடைத்தது.

விபரம் அறிந்து ஓடிவந்த கோபால்.. நடப்பதைப் பார்த்துவிட்டு பாண்டியம்மாவின் கால்களைக் கட்டிக்கொண்டு அழுத ராசுவை இழுத்து, தன் பலம் கொண்ட மட்டும் அடித்தான்.

"உனக்குப் பிள்ள வேணுமுனா வேற எவக்கூடயாது ----- பெத்துக்க வேண்டியது தானடா? அதுக்கு என்னோட பொண்டாட்டிதான் கிடைச்சாளா உனக்கு? அவ செத்ததுக்கு நீயிதான்டா காரணம், உன்னைய நான் உசுரோடவே விட மாட்டேன்!" என ராசுவின் மேல்உடைகளைக் கிழித்து, வேட்டியையும் உருவி தள்ளிவிட்டு அவனது மார்பிலேயே மிதிக்க, நடப்பதொன்றும் புரியாது அடிகளையும் மிதிகளையும் வாங்கிக் கொண்டிருந்தான் அவன்.

ஊரார் கோபாலைத் தடுக்க.. சிலர் ராசுவைத் தூக்கிவிட்டு உதவினர். தன்னை மறந்த நிலையில் உள்ளாடையுடன் எங்கோ வெறித்தபடி நடந்தவனின் கைப்பற்றி ஒருவர் இடைவேட்டியைக் கொடுக்க, அவனது

கைவிரல்கள் அதை ஏற்க மறுத்துக் காற்றில் பறக்கவிட்டுச் சென்றது.

மரத்திற்கு அடியில் கிடத்தப்பட்டிருந்த காமாட்சியின் உடலை ராசுவின் வேட்டி தழுவி கொள்ள.. அதைக் கண்ட கோபாலனோ கொதித்து, துணியை விலக்கினான்.

வெளியே வந்திருந்த கருவிழிகள் அவனை உறுத்து விழிப்பது போல் பிரம்மை தோன்ற.. உடலில் தோன்றிய நடுக்கத்தை மறைத்து, தன் விரல்களை விலக்கிக் கொண்டு நடந்தான்.

பாண்டியம்மாவின் குடும்பத்தில் இறந்தவர்களின் உடலை எரிப்பது தான் வழக்கம் என்றாலும், ஏனோ அவருக்கு மருமகளின் தேகத்தை நெருப்பில் இடுவதில் விருப்பமில்லை.

"உசுரோட இருக்கும் போது தான் ஒருநாளு, ஒரு பொழுது அவ நிம்மதியா இருக்கல. செத்ததுக்குப் பொறவுலயும் அவ அனல்ல அவதிப் படணுமா? இல்ல தப்புச் செஞ்சிட்டதா சொல்லுற உங்களுக்காக, அவ உடம்பு அக்னியில கருகணுமா.?" என்றவர் தங்களது வழக்கத்தையே மாற்றி, மகனைத் தவிர்த்துவிட்டு பெயரனின் மூலமாக அனைத்துச் சடங்குகளையும் முடித்து, நிலமங்கையோடு தன் மருமகளையும் இணைத்தார்.

இருள் கவிழ்ந்திருந்தது. காமாட்சியின் பிறந்த வீட்டிலும், புகுந்த வீட்டிலும் தலை முழுகியவர்கள் அவளின் படத்திற்கு முன் விளக்கு ஏற்றி வைத்திருந்தனர்.

* * *

வீட்டின் நடுகூடத்தில் வெற்றுத் தரையினில் படுத்திருந்தான் ராசு. இன்னும் அவன் உடை உடுத்திக் கொள்ளவில்லை. தேகத்தில் ஒட்டியிருந்த மண்துகள்களுடன்.. அங்கங்கே குருதி கொப்பளித்து உறைந்திருந்தது, கோபாலின் கைவரிசையால்!

முன்தின இரவில் அவள் பேசிச் சென்ற, "என் மனசுல நீயிதான் இருக்கிற மாமு!" என்ற வார்த்தை அவனின் செவிகளில் மீண்டும் மீண்டும் ஒலித்து அணு அணுவாய்

வதைத்தது. கண்களில் கண்ணீர் வற்றியிருந்தது.

மெல்ல எழுந்தவன் பின்பக்கத்திற்குச் சென்று நீரை தலைவழியாக ஊற்றிக் கொண்டான். அவளுடன் செய்யவிருக்கும் திருமணத்திற்காக ஐந்தாண்டுகளுக்கு முன் வாங்கி வைத்திருந்த.. பட்டுப்புடவையையும், பட்டுவேட்டி சட்டையையும், பொற்தாலியையும் தொட்டுப் பார்த்தவன்.. தனக்கான உடையை அணிந்து கொண்டான்.

காமாட்சியைப் புதைத்திருந்த இடத்திற்குச் சென்றவன்.. எவரும் அறியாமல் மேற்பரப்பு மண்ணை விலக்கி, தான் கொண்டு வந்திருந்த பட்டுப்புடவையை அவளுக்குப் போர்த்திவிட்டான்.

புதைக்கும் பொழுது தங்கத்தில் இருந்த தாலிச்சரடு எடுக்கப்பட்டு.. மஞ்சள் கிழங்கை கயிற்றில் கட்டி அணிவிக்கப்பட்டிருந்தது. அதைக் கழட்டிய ராசு, தான் வைத்திருந்த தாலியைக் கட்டி மூன்று முடிச்சிட்டான்.

வாங்கி வந்த ரோஜாப்பூ மாலையையும் அணிவித்தவன்.. உயிரற்றவளின் நெற்றியில் இதழ்பதித்து, "நானு எவளையாவது கட்டிக்கிறேன்னு உனக்கு வாக்குக் கொடுத்திருந்தேன். நீயி உசுரோட இருந்திருந்தா, அதைச் செஞ்சிருப்பேன். உன்னோட சேர்த்து நீயி சொன்ன சொல்லுமே புதைஞ்சுப் போயிடுச்சு. ஆனா நானு கொடுத்த வாக்கு மட்டும் என்னோட ஆயுசுக்கும் விடாது. அதான் உன்னையே கட்டிக்கலாமுனு வந்தேன்.

இப்ப நீயி பாண்டியம்மாவோட மருமவ இல்ல, கோபாலுக்குச் சம்சாரம் இல்ல, உன்னோட பிள்ளைகளுக்கு அம்மா இல்ல! எல்லா உறவும் அவங்க உனக்குச் செஞ்ச சடங்கோட முடிஞ்சுப் போச்சு. இந்த நிமிசம் இந்த மண்ணோட மக நீ! இப்ப உன்னைய கட்டிக்கிறதுக்கு நானு எவனையும் கேட்க வேண்டியது இல்ல, எவன் சம்மதமும் அவசியமில்ல!

பத்திரமா இரு காமு. உன்னைய பார்க்க வரக்கூடாதுனு சொல்லீட்ட, இனிமேலுக்குத் தேடி வரமாட்டேன். ஆனா காத்துல கலந்த உன்னோட மூச்சுக்

காத்தும், நீயி தூங்கிக்கிட்டு இருக்கிற மண்ணும் என்னென்னைக்கும் என்கூடவே இருக்கும்!

அந்தச் சாமி என்னைக்கு மனசு இறங்கி.. எனக்குக் கொடுக்கிற இந்த வேதனையைப் போதும்னு நினைக்கிதோ, அன்னைக்கு நானு உன்னைய தேடி வர்றேன்!" என மார்போடு அணைத்து சில துளிகள் கண்ணீர் சிந்தியவன், பழையபடியே காமாட்சியின் உடலை நிலத்தில் மறைத்தான்.

* * *

பாண்டியம்மாவினால் நடந்ததை முற்றிலுமாய் ஏற்க முடியவில்லை. 'ராசுவின் குழந்தை தன் வயிற்றில் வளர்வதால், வெளியே தெரிந்தால் அவமானமாகிவிடும்!' என்றெண்ணி காமாட்சி தற்கொலைச் செய்து கொண்டதாய், ஊரார் அவர்களுக்குத் தோன்றிய கதையைப் பேசிக்கொண்டனர்.

ஆனால் பெரியவரின் மனதிற்குத்தான் மருமகளை நன்றாகத் தெரியுமே! காமாட்சியின் இறப்பை முதலில் அவரால், தற்கொலை என்றே நம்ப முடியவில்லை.

'இறக்க நினைப்பவள்.. ராசுவுடனான காதல் பிரிக்கப் பட்டப் பொழுது, கட்டாயத் திருமணத்தின் பொழுது, விருப்பமில்லாத தாம்பத்தியத்தின் பொழுது, ஊரார் அவளின் பெண்மையைமப் பேச்சுப் பொருளாக்கிய பொழுது, கணவனானின் சந்தேகத்தின் பொழுது, அனைவருக்கும் மத்தியில் அவளை அடித்துத் துன்புறுத்திய பொழுது.. என அப்பொழுது எல்லாம் மரணத்தைத் தேடாதவள், இப்பொழுது மட்டும் உயிரை விட்டிருப்பாளா என்ன?' என்று சந்தேகம் எழுந்தது.

'இந்த வாழ்க்கையே போதும்! எனக் கூறிச் சென்றவள் திடீரென இறந்ததற்குக் காரணம் என்ன?' என்று விடை அறிய இயலாது தவிப்புடன் அமர்ந்திருந்தார்.

# 9

சில ஊர்களில் ஒரு வழக்கம் உண்டு. தங்களது இல்லத்தில் இறப்பு நேர்ந்தால் அன்றிலிருந்து மூன்றாம் நாள்.. இறந்தவர்களைக் கடவுளுக்குச் சமமாக நினைத்து வழிபட்டு, இறுதி சடங்கின் போது தெரிந்தும் தெரியாமலும் ஏதேனும் அவர்களுக்கு முறை செய்யாமல் விட்டிருந்தால், அதற்கு அவர்களின் ஆன்மாவிடம் மன்னிப்பு வேண்டுவர்.

கோமியம், பால் மற்றும் மஞ்சள் நீர் என மூன்றையும் கலந்து வீட்டில் தெளித்து, அதன்பிறகே இல்லத்தில் சமையலைத் துவங்குவர்.

அதேபோல் பாண்டியம்மாவும் தனது இல்லத்தில் வழிபட்டுவிட்டு, அந்த நீரை காமாட்சியைப் புதைத்திருக்கும் இடத்தில் தெளிப்பதற்காகத் தன் பெயரன்களுடன் சென்றார்.

அழுக்கு நிறைந்த உடையுடன் அங்கே ஒருவன் கவிழ்ந்து கிடக்க.. 'ஒருவேளை தன் மகன்தானோ?' என்றெண்ணிய தாயுள்ளம், அடுத்த நொடியே முன்தினம் நடந்த நிகழ்வுகளை அசைபோட்டு.. 'அது அவனாக இருக்காது!' என்றுணர்ந்து அருகே சென்றார்.

உடலைத் திருப்ப.. எவ்வித அசைவுமின்றிக் கிடந்தான் ராசு.

சற்றே திடுக்கிட்டவர், "ராசு, அய்யா ராசு!" என அவனின் கன்னம் தட்ட.. இயல்பான வெப்பநிலையை விடக் குறைந்து உடல் சில்லிட்டிருந்தது.

தேகம் நடுங்க, அவனது மூக்கின் அருகே கொண்டு சென்றவரின் விரல்கள்.. சுவாசம் இல்லாததை உணர்ந்து அனிச்சையாய்ப் பின்வாங்கிக் கொண்டன.

"ராசு..!" என நடுக்கத்துடன் உரைத்தவரின் விழிகள் அடுத்த நொடியே குளமாகின.

"என்னைய மன்னிச்சிரு அய்யா.. அவ வேணாம்னு சொல்லியிருந்தாலும், கூட்டிட்டு வந்து உன்னோட கையில ஒப்படைச்சிருக்கணும் நானு! இப்படி அநியாயமா ரெண்டு

பேரும் உசுரை விட்டுட்டீங்களே ராசு! எல்லாம் இந்தப் பாதகத்தியாலத்தான். என்னோட மருமவ நல்லா இருக்கணும்னு நினைச்சேனே தவிர, அவ மனசுக்குப் பிடிச்சவனோட நிம்மதியா இருக்கணும்னு நினைக்காம போயிட்டேனே அய்யா.!" எனக் கதறி அழுதவரைக் கண்டு இரு குழந்தைகளும் என்னவென்று புரியாமல் அழத் துவங்கினர்.

அவர்களின் அழுகுரல் பாண்டியம்மாவை நிகழ்வுக்கு மீட்டு வர.. சூழலை உணர்ந்து அடுத்தடுத்துச் செய்ய வேண்டிய வேலைகளைக் கவனித்தார்.

ராசுவிற்கும் காமாட்சிக்கும் இருந்த உறவினது தவறான புரிதலின் காரணமாக, அவனுக்கான இறுதி சடங்குகளைச் செய்ய உறவினர்கள் மறுத்துவிட.. தன் மூத்த பெயரன் மூலம் செய்வதற்கு முன் வந்தார் பாண்டியம்மா.

விபரம் அறிந்து வந்த கோபாலன், "என்னோட மருமவ உன்னால தான் செத்துப் போயிட்டா. இனிமேலுக்கு வீட்டு வாசப்படியை மிதிக்காதன்னு என்னைய துரத்தி விட்டுட்டு.. அவ பிள்ளையை வச்சு, அவனுக்கு முறை செய்யிறியா..?

அப்ப பெரியவன், அந்த ராசுவுக்குப் பிறந்தவன் தான? உனக்கு அம்புட்டும் தெரிஞ்சிருந்தும், என்னைய ஏமாத்திப்புட்டீல..? நீயி எல்லாம் ஒரு பெத்தவளா..? எந்தப் பெத்தவ.. தன்னோட பிள்ள வாழ்க்கையையே சீரழிப்பா..?

நானு வேணாம், அவன் வேணும்! அப்ப உனக்குப் புருஷன் என்னைய பெத்தவனா, இல்ல அவனைப் பெத்..." முடிக்கும் முன்னே மகனின் முகத்தில் எச்சிலை உமிழ்ந்திருந்தார் பாண்டியம்மா.

கருவிழிகள் கண்ணீரில் மிதக்க, "உன்னைய மாதிரி ஒருத்தனைப் பெத்ததுக்கு, நானு மலடியாவே இருந்திருக்கலாம்! ஆமா டேய்.. என்னோட மருமவ செத்ததுக்கு நீயிதேன் காரணம்.

நிசமா அவ எப்படிச் செத்தான்னு தெரியல. ஆனா அவளோட மனசை நீயி கொன்னுப்புட்ட! ஏதோ பிள்ளைகளுக்காகன்னு உசுரைப் பிடிச்சு வச்சிருந்தவ..

இப்ப அதையும் விட்டுட்டா!

அதுக்குக் காரணமான உன்னைய, எப்படி டேய் வீட்டுக்கு உள்ளார வுட முடியும்? அதேன் இனிமேலுக்கு வராதன்னு சொன்னேன்!

ஆனா இப்பச் சொல்லுறேன்.. நீயி என்னத்த நினைச்சாலும் எனக்கு அதைப்பத்திக் கவலையில்ல! ராசு நானு பெறாத மவன். அவனுக்கான காரியத்தை என்னோட பேரன்தான் செய்வியான்!

கட்டுனவளைக் கெட்டுப் போனவன்னு சொல்லி உசுரோட கொன்ன நீயி, பெத்தவளை மட்டும் பத்தினினா சொல்லப் போற..? நீயி என்னத்த சொன்னியோ, நானு அதுவாவே இருந்திட்டுப் போறேன்!

ஆனா ஒண்ணு சொல்லுறேன்! இனிமேலுக்கு நீயி எனக்கு மவன் இல்ல, நானு உனக்கு ஆத்தாளும் இல்ல!

மதனகோபாலனோட ஆத்தா பாண்டியம்மா செத்துட்டா! இப்ப உசுரோட இருக்கிறது காமாட்சியோட மாமியா, பாண்டியம்மை மட்டும் தான்!" என உரைத்தவர், ராசுவை மானசீகமாய்த் தன் மகனாக ஏற்றுக்கொண்டு.. அவனுக்கான காரியங்களைச் செய்தார்.

* * *

நாட்கள் நகர்ந்து இரண்டு மாதங்கள் கடந்திருந்தது. வயலில் வேலைச் செய்த அலுப்பினால் தன்னை மறந்து உறக்கத்தில் ஆழ்ந்திருந்தார் பாண்டியம்மா.

சூழ்ந்திருந்த இருளில் குழந்தைகளுக்காக என்று அகல் விளக்கு ஒன்றுமட்டும் கூடத்தின் ஒரு ஓரத்தில் எரிந்து கொண்டிருந்தது.

காமாட்சியின் இளையமகன் தூக்கத்தில் சிறுநீர் கழித்து.. அதன் ஈரப்பதத்தினால் துயில் கொள்ள முடியாது விழித்துக் கொண்டான்.

விளக்கொளியில் பாண்டியம்மாவின் மறுபுறம் உறங்கிக் கொண்டிருந்த.. தன் தமையனிடம் தவழ்ந்து சென்றவன், அவனையும் எழுப்பிவிட்டு விளையாட்டுத் துணைக்கு அழைத்தான்.

சிறியவன் பிறந்ததில் இருந்தே மூத்தவனுக்கு.. குழந்தையைக் கவனிப்பதற்குத் தாயும், தந்தையை ஈன்றவரும் பழக்கி விட்டிருக்க.. தம்பியை அரவணைத்து விளையாடிக் கொண்டிருந்தான் பெரியவன்.

அகல் விளக்கின் சிறிய வெளிச்சம் நேரம் செல்ல செல்ல பெரும் வெளிச்சமாய் மாறியது. குழந்தைகள் இருவரும் ஒளி வந்த திசையில் திரும்ப, வீட்டின் மேற்கூரை எரிந்து கொண்டிருந்தது.

இருவருமே என்னவென்று புரியாது கைத்தட்டிச் சிரித்து விளையாடிக் கொண்டிருக்க, "அய்த்த!" என்ற அழைப்பில் திடுக்கிட்டு விழித்து, "காமாட்சி..!" என உரைத்தபடி எழுந்து அமர்ந்தார் பாண்டியம்மா.

முதலில் ஒன்றும் புரியாது விழித்தவரின் கவனம் குழந்தைகளிடம் திரும்பியது. தேகத்தில் வியர்வை முத்துகள் உற்பத்தியாக.. சுற்றிலும் வெப்பத்தை உணர்ந்தவர், அதன்பின்பே மேற்கூரை பற்றி எரிவதை கண்டார்.

குழந்தைகளை அணைத்துக் கொண்டு அவ்விடம் விட்டு நகர்ந்தவர், நீரினை ஊற்றி நெருப்பை அணைக்க முயல.. அவரின் முயற்சி தோல்வியையே தழுவியது.

தன் செயலினைக் கைவிட்டு.. வீட்டிலிருந்து வெளியேறுவதற்காக வெளிக்கதவைத் திறக்க, அதுவோ மறுபுறம் பூட்டப்பட்டிருந்தது. உடனே பயம் ஆட்கொண்டவருக்குத் தெரிந்து போயிற்று, இது யாரோ செய்த சதிச் செயல் என்று!

கொழுந்துவிட்டு எரிந்து கொண்டிருந்த நெருப்பைப் பார்த்திருந்த கோபால், "என்னையவா வீட்டுக்குள்ள வரக்கூடாதுன்னு சொன்ன.? எனக்கு இல்லாதது, யாருக்கும் இல்லாம போகட்டும்.

மூஞ்சியில காரித் துப்பின நீயும், எனக்குப் பிறக்காத பெரியவனும், அவளுக்குப் பிறந்த பாவத்துக்காகச் சின்னவனும்.. தீயில கருகிச் சாவுங்க!" என்றுவிட்டு, தான் இழுத்து முடித்திருந்த பீடியை வீட்டின் மீது தூக்கி

வீசிவிட்டுச் சென்றான்.

பாண்டியம்மாவின் கூச்சல் கேட்டு அக்கம் பக்கத்தினர் விழித்துவிட.. சில ஆண்கள் ஒன்றிணைந்து கதவை உடைத்து அவர்களைக் காப்பாற்றினர். மூவரும் வெளியே வரும்பொழுது, அவர்களது உயிரைத் தவிர, உள்ளே இருந்த மொத்த உடைமைகளும் எரிந்திருந்தது.

குழந்தைகளைக் காப்பதற்காக அரவணைத்து வைத்திருந்த பாண்டியம்மாவின் தேகத்திலும் அங்கங்கே தீக்காயங்கள். தலைமுடி கருகி, முகத்தின் ஒரு பக்கமும் எரிந்திருந்தது.

இரவோடு இரவாக அரசு மருத்துவமனைக்கு மூவரும் அழைத்துச் செல்லப்பட.. உடனடியாகச் சிகிச்சை அளித்தனர் மருத்துவர்கள்.

குழந்தைகளுக்குப் பயத்தைத் தவிர, உடலில் வேறு எங்கும் காயமில்லை. பாண்டியம்மா சில வாரங்கள் மருத்துவமனையில் தங்க வேண்டியதாயிற்று.

காமாட்சியின் பிறந்த வீட்டினரை அழைத்து, தான் குணமாகி வரும் வரை குழந்தைகளைக் கவனமாகப் பார்த்துக் கொள்ளும்படி பொறுப்பை ஒப்படைத்தார்.

உடல் நலம் தேறியதும்.. ‘அடுத்து என்ன செய்வது, எங்குத் தங்குவது?’ என்று புரியாமல் தவித்த பெரியவர், குழந்தைகளை அழைத்துக் கொண்டு வயலில் இருந்த இயந்திர அறையையே இருப்பிடமாக மாற்றிக் கொண்டார்.

* * *

விடியற்காலை ஆறுமணி..

காமாட்சி சடலமாகத் தொங்கிக் கொண்டிருந்த அதே ஆலமரம்..

உடல் கருகிய நிலையில் பிணமாகக் கிடந்தான் ஒருவன். ஊரார் அனைவரையும் ஒரு சுற்று சுற்றி, பாண்டியம்மாவின் செவிக்குச் செய்திவர.. பெயருக்கென்று போய்ப் பார்த்தவர், அது தன் மகன் கோபால் என்று அறிந்து கொண்டார்.

அன்னையாய் அல்லாது, மூன்றாம் மனிதியைப் போல்.. அவன் இறந்துவிட்டான் என்பதை உறுதி செய்து கொண்டு, ஊர் பெரியவர்களின் மூலம் காவல்துறைக்குத் தகவல் கொடுத்தார்.

ஊராரும் சரி, காவல் துறையினரும் சரி.. 'சம்பவம் எப்படி நடந்தது?' என்று தெரியாமல் குழம்பிப் போயினர்.

தாங்கள் செய்ய வேண்டிய கடமையின் படி, காவலர்கள் கோபாலின் சடலத்தை உடற்கூறு ஆய்விற்கு உட்படுத்திட.. அவன் நெருப்பினால் தான் இறந்திருக்கிறான் என மருத்துவர்கள் சான்றிதழ் வழங்கினர்.

பாண்டியம்மாவிடம் உடலை ஒப்படைக்க, "நானு தனி மனுசிங்க, என்னால எந்த முறையும் செய்யமுடியாது! பிள்ளைக வேற இவனை இந்த நிலைமையில பார்த்தா பயந்து புடுங்க. ஏற்கனவே பெத்தவளை இழந்ததுங்க, மனசுல வடுவா பதிஞ்சுப் போயிடும்! அதுனால நீங்களே என்ன செய்யணுமோ செஞ்சிடுங்க!" என்று உரைத்துவிட்டார்.

'மூன்றரை மாதங்களுக்குள் தொடர்ந்து நிகழ்ந்த மூன்று இறப்புகள், பாண்டியம்மாவின் இல்லத்தில் நெருப்புப் பற்றியது' எனத் தொடர்ந்த நிகழ்வுகள் ஊராரை பயம் கொள்ள வைத்தது என்றுதான் சொல்ல வேண்டும்!

'அதுவும் காமாட்சியைப் புதைத்த இடத்தில் ராசுவின் உயிர் போனதும், அந்த ஆலமரத்தின் அடியில் கோபால் எரிந்து கிடந்ததும்' என.. 'இறந்தவள் ஆன்மாவாய் அலைந்து தனக்கு நெருக்கமானவர்களை எல்லாம் தன்னுடனே அழைத்துச் செல்லத் துடிக்கிறாள்!' என்று ஒரு கதை பரவி, அதை அனைவரும் நம்பத் துவங்கிவிட்டனர்.

தனக்கு உணவு ஊட்டிக் கொண்டிருந்த ஆச்சியிடம், "ஏன் ஆச்சி மரத்துக்கு அடியில கருப்பா இருந்தது அப்பாவா..?" எனக் காமாட்சியின் மூன்றரை வயது மூத்த மகன் வினவ, "ஆமா ராசா. "

"அப்ப அப்பா செத்துப் போச்சா..?"

ஒரு நொடி நிதானித்தவர் மனதில் தோன்றிய வலியின் காரணமாக, "ஏன் ராசா, உன்னோட அப்பன் வேணுமா..?"

"இல்ல ஆச்சி, வேணாம். அப்பா அடிக்கும்!" எனத் தன் தாயை.. முன்பு தந்தையானவன் அடித்து உதைத்ததை மனதில் வைத்துச் சொல்ல, "இனிமேலுக்கு உங்களை எவனும் அடிக்க மாட்டான். அப்படி அடிச்சான்னா சொல்லு, அவனையும் உன்னைப் பெத்தவக்கிட்டக் கொண்டு போயி விட்டிடலாம்!" எனக் குழந்தையின் தலைவருடி உரைத்தார்.

இரு குழந்தைகளையும் உறங்க வைத்தவரின் எண்ணங்கள், முதல்நாளின் நிகழ்வுகளுக்குப் பயணித்தது.

துயில் கொண்டிருந்த சிறிய பெயரனை துணியில் சுற்றி தன் பின்பக்கத்தில் வைத்து முன்பக்கத்தில் முடிச்சிட்டுப் பத்திரப்படுத்திக் கொண்டவர், பெரியவனைக் கையில் பிடித்துக் கொண்டு கள்ளுக்கடை நோக்கி நடந்தார்.

காமாட்சியின் பிறந்த ஊரின் எல்லையில் இருந்து சற்றுத் தொலைவில் தான் கள்ளுக்கடை. பேருந்து பயணமெல்லாம், கோபாலின் திருமணத்திற்குப் பின் தமிழக அரசால் ஏற்படுத்த பட்டவை. அதற்குமுன் பெரும்பாலும் மாட்டுவண்டி பயணமும், நடைப் பயணமும் தான்.

பிறந்ததில் இருந்தே நடந்து பழகியவருக்கு இரு ஊருகளுக்கு இடையேயான தொலைவு எல்லாம் பெரிய விசயமாய்த் தெரியவில்லை. அறியாத வயதிலேயே உழைக்கக் கற்றுக் கொண்டவருக்கு, இரு பெயரன்களின் சுமை சுகமாகத்தான் இருந்தது.

மதுபோதையில் மயங்கிக் கிடந்த கோபாலனின் மீது அங்கிருந்த மதுவையே ஊற்றிப் பற்ற வைக்கப் போனவருக்கு, ஏனோ மனம் இடம் கொடுக்கவில்லை. தாய்மைச் சற்றே தடுமாறியது.

அவனின் உடையைப் பற்றி இழுத்து வந்து ஆலமரத்திற்கு அருகில் போட்டு, "உன்னோட பிள்ளைகளை நெருப்பு வச்சு கொல்லப் பார்த்தியான் காமாட்சி. அன்னைக்கு ராவுல கதவைத் திறக்க முடியாம..

அதுல இருக்கிற துவாரம் வழியா நானு பார்க்காம விட்டிருந்தா, செஞ்சது எவன்னே தெரியாம போயிருக்கும்! எப்பவோ உறவை அத்து விட்டுட்டேன். ஆனா இந்த உசுரை வச்சிக்கிட்டு, மத்தவங்க உசுரை எடுத்திடுவியான் போல இருக்கு. அதுனாலதேன் இந்த முடிவுக்கு வந்தேன்! ஆனா மனசு கேட்க மாட்டிக்கிது ஆத்தா. இனி நீயிதான் பார்த்துக்கணும்!" என்றவர், குழந்தைகளுடன் அவ்விடம் விட்டு நகர்ந்தார்.

அதன்பின்பு அவ்விடத்தில் என்ன நடந்தது என்பது கோபாலனும், ஆலமரமும், இரவும் மட்டுமே அறிந்த ரகசியம்!

கோபாலின் இறப்பினது பிண்ணனியை விசாரித்த காவல் துறையினருக்கு, அது சம்பந்தமாய் ஒரு தடயம் கூட கிடைக்காமல் போனது பெரும் விசித்திரமே!

## 10

"ஆச்சி இங்கனப் பாரேன். உன்னோட பேரன் என்ன வேலைச் செஞ்சு வச்சிருக்கான்னு..?" என்றபடி பத்தொன்பது வயது கண்ணன் ஓடிவர, "டேய் வேணாம், சும்மா இரு!" எனத் தம்பியை மிரட்டிய படி பின்னோடு வந்தான் மூத்தவனான சீனிவாசன்.

"இல்ல இல்ல நானு ஆச்சிக்கிட்டச் சொல்லுவேன்!"

"நீயி மட்டும் ஏதாவது சொல்லிப் பாரு, அப்புறம் இருக்கு உனக்கு!" என இருவரும் கூடத்தில் ஆளுக்கொரு புறம் நின்று கபடி ஆடிக் கொண்டிருக்க.. "இந்தா என்னாதிது? இன்னமும் சின்னப் பிள்ளைகளாட்டம் ஓடிப்பிடிச்சு விளையாண்டுக்கிட்டு இருக்கீங்க பயலுகளா..?" எனப் பெயரன்களைப் பொய்யாய்க் கண்டித்தபடி வந்தார் பாண்டியம்மா.

"என்ன ஓடிப்பிடிச்சு விளையாடுறோமா..?" என மூச்சுவாங்க முறைத்த இளையவனின் தலைமுடியைப் பிடித்தவர், "நீயி பேசிக் கிழிச்சது போதும். போயி படி,

இந்த வருஷமாவது பன்னெண்டாவது பாஸூ ஆகுறியான்னு பார்க்கிறேன் நானு!"

"ஆச்சி..!" என அவன் சிணுங்க, பெரியவன் அதைக் கண்டு சிரித்தான்.

தமையனின் செயலில் கோபமடைந்தவன், "அதெல்லாம் நானு பாஸாகிடுவேன். உன்னோட பேரன் ரேஷன் கடைக்குப் போனானே, பொருளெல்லாம் எங்கன்னு கேளு முதல்ல!" என மூத்தவனை மாட்டிவிட்டான் கண்ணன்.

பாண்டியம்மா கேள்விப் பார்வையுடன், "எங்கன அய்யா சாமான் எல்லாம்..?"

"ஆச்சி.." என அவன் தயக்கத்துடன் இழுக்க, "கடைக்குப் போனா வரிசையில நின்னா தான், சாமானை வாங்க முடியும். ஒரு ஓரமா நின்னுக்கிட்டு, கணக்கு எழுதுற பிள்ளைய கணக்குப் பண்ணா.. பொருள் எல்லாம் தீர்ந்து போச்சு, அடுத்த வாரம் வான்னு துரத்தி விட்டுட்டான் கடைக்காரன்!"

பாண்டியம்மா புரியாத பார்வையுடன், "டேய் அய்யா என்ன சொல்லுறியான் இவன்..?"

சீனிவாசன் தலையைக் குனிந்து கொள்ள, கண்ணன் சிரித்துக் கொண்டிருந்தான்.

"யாரு டேய் அந்தப் பொண்ணு..?" எனப் பெரியவர் சுவாரஸ்யமாய் வினவ.. இம்முறை இளையவனின் முகம் சுருங்கி, பெரியவனின் முகம் மலர்ந்தது.

"சின்னவன் சொல்லுறது நிசமா அய்யா..?"

"ஆச்சி.. அது.. அந்த.. பொண்ணு.." எனத் தடுமாறியவனின் செயலில் எரிசலடைந்த கண்ணன், "ஏய் கிழவி நானு என்ன சொல்லுதேன், நீயி உன்னோட பேரன்கிட்ட சாவுகாசமா விசாரிச்சுக்கிட்டு இருக்க..?"

"இப்ப என்ன டேய், பெரியவனுக்கு அவளைப் பிடிச்சிருக்கு. அம்புட்டுதான.?"

"ஆச்சி உனக்குக் கோவம் வரலையா.?"

"என்னத்துக்குக் கோவம்.? சரி யாரு, என்னன்னு சொல்லு. நல்ல நாள் பார்த்து பொண்ணுக் கேட்டுப்

போவோம்.!"

சிறியவர்கள் இருவருக்கும் தலைச்சுற்றாத குறை தான்!

கண்ணன் அதிர்ந்து, "கிழவி நீயி என்ன இம்புட்டுச் சாதாரணமா சொல்லீட்ட? உன்னோட பேரனுக்கு இப்பத்தான் இருபத்திரண்டு வயசாகுது!"

"ஏன்.. உங்க அப்பனுக்குக் கல்யாணம் முடிக்கிறப்ப இருபத்தோரு வயசுதான்!"

"அது அப்ப ஆச்சி, உனக்கு விளையாடுறதுக்கு வேற விசயமே கிடைக்கலையாக்கும்..!"

"அட.. விளையாடல டேய், நிசமாத்தான் சொல்லுறேன். ஏன் இருபத்திரண்டு வயசுல கல்யாணம் கட்டுனா பிள்ள பிறக்காதா..? என்னோட பேரனுக்கு என்ன டேய் குறைச்சலு.? ராசா மாதிரி இருக்கான். பத்தாவது வரைக்கும் படிச்சிருக்கான். நம்ம நிலத்தைப் பார்த்து கைநிறைய சம்பாதிச்சு, உன்னையும் என்னையும் பார்த்துக்கிடுறான். இதுக்கு மேல ஒரு ஆம்பளைப் பிள்ளைக்கு என்ன டேய் வேணும்..?"

பெரியவன் முகம் சிவந்து சிரிக்க.. இளையவன், "ஹான் அதுக்கு முதல்ல அந்தப் பொண்ணுக்கு இவனைப் பிடிக்கணும்! அவங்க வீட்டுல ஒத்துக்கணும்!"

"அந்தப் பொண்ணுக்கிட்ட பேசலயா இன்னும்..?"

"பார்க்கிறதோட சரி.. எங்கப் பேசினான்.?"

"அய்யா.. நீயி பேசிட்டுச் சொல்லு! மத்ததை நானு பார்த்துக்கிடுதேன். ஆனா அந்தப் பொண்ணு இஷ்டமில்லன்னு சொல்லீடுச்சினா, அதுக்குப் பொறவுல நீயி அவளைப் பார்க்கக் கூடாது!" எனப் பெரியவனிடம் உரைத்தார்.

ஆச்சியின் சொற்களில் முகம் வாடியவன், "என்ன ஆச்சி, இப்படிச் சொல்லுற..?"

"வேணாம் ராசா.. இஷ்டமில்லாத பொண்ணைக் கட்டுனா வாழ்க்க நரகமா போயிடும்! உன்னோட அம்மா அனுபவிச்சதே போதும்! அவ நிலைமை இன்னொருத்திக்கு வர வேணாம்!" என்று கலங்கிய கண்களைத் துடைத்துக்

கொண்டு நகர்ந்தார் பாண்டியம்மா.

இருவருமே.. தகப்பனை ஈன்ற அன்னையின் வாயிலாக, தங்களது பெற்றவர்களைப் பற்றி அறிந்திருந்ததால்.. அதன்பின்பு எதுவும் பேசாது இருந்து விட்டனர்.

* * *

பன்னிரண்டாம் வகுப்புப் படித்திருந்த பரமேஸ்வரியை, அவளது வீட்டில் மேற்படிப்பிற்கு அனுமதிக்காததால்.. பெற்றவர்களிடம் கோபித்துக் கொண்டு தன் மாமனின் இல்லத்திற்கு வந்திருந்தாள்.

அவளது தாய்மாமன் நியாய விலைக்கடையில் பணிபுரிய, இல்லத்தில் பொழுது போகாமல் அவருடன் கடந்த சில வாரங்களாகக் கடைக்கு வரத் துவங்கினாள்.

சீனிவாசன் அவளை முதன்முதலில் கண்டது நியாய விலைக்கடையில் தான், மாதாந்திர பொருட்களை வாங்கச் செல்லும் பொழுது! முதல் பார்வையிலேயே அவனுக்குப் பிடித்துவிட.. தினமும் சென்று, சிறிதுநேரம் தொலைவில் நின்று பார்த்துவிட்டு வருவான்.

சமீப காலமாய் இவனது பார்வைக்கு, எதிர்ப்புறம் இருந்தும் பதில் பார்வை வரத் துவங்கியிருந்தது. ஆனால் இன்றளவும் இருவரும் பேசிக் கொள்ளவில்லை.

* * *

அன்றைய தினம் கடைக்குச் சென்ற பொழுது.. ஒருவர் பார்க்காத பொழுது மற்றவர் பார்த்துக் கொள்ள, தமையனிடம் பன்னிரண்டாம் வகுப்புத் தேர்விற்காக.. பணம் வாங்க வந்த கண்ணனின் பார்வையில் இவர்களின் கண்ணாம்பூச்சி ஆட்டம் விழுந்துவிட, உடனே வந்து ஆச்சியிடம் ஒப்பித்து விட்டான் நல்ல பிள்ளையாக!

மறுநாளும் கடைக்குச் சென்றான் சீனிவாசன். எப்பொழுதும் எட்ட நின்றே பார்ப்பவன்.. அன்று அருகே நெருங்கி, "உங்கக்கிட்டப் பேசணும்!" என்றிட, பயமும் அதிர்ச்சியுமாய்ப் பார்த்தாள் பரமி.

அவளின் மாமா.. இவர்களைப் பார்த்துவிட்டு, "என்ன சீனு, உன்னோட ஆச்சி எப்படி இருக்காங்க..?"

"நல்லா இருக்காங்க அண்ணே!"

"என்னோட மருமகக்கிட்ட என்ன விசாரிச்சிக்கிட்டு இருக்க..?"

"இல்ல நாலு நாளா வந்து, சாமான் இல்லன்னு சொல்லி அனுப்பிட்டீங்க. இன்னைக்காவது சாமான் இருக்கான்னு கேட்டுக்கிட்டு இருந்தேன்!"

"நீயி கடையைச் சாத்துற நேரத்துக்கு வந்தா என்ன இருக்கும்? இன்னைக்குச் சீக்கிரமே வந்திட்டப் போல..? சீம எண்ணெய் மட்டும் தான் இருக்கு, வாங்கிக்கிட்டுப் போ! அடுத்த வாரம் வந்து அரிசி, பருப்பு எல்லாம் வாங்கிக்க!" என்றவர், அவனிடம் இருந்து மூடியுடன் கூடிய டப்பாவை வாங்கிச் சென்றார்.

"பரமி.. சீம எண்ணெய்க்கு மட்டும் பில்லை போடுமா.." என்றிட, ரசீதை நீட்டியவளிடம், "பரமின்னா என்ன..?" என்றான் சீனிவாசன்.

"பரமேஸ்வரி, ஏன் என்னோட பேர் தெரியாதா.?" என அவள் வியப்புடன் வினவ.. பதிலுக்குச் சிரித்தவன், பணத்தைக் கொடுக்கும் பொழுது அதனுள் கடிதத்தையும் வைத்து நீட்டினான்.

பதில் பேச வாயெடுத்த நொடி.. அவளின் மாமா வந்துவிட, அதற்கு வாய்ப்புக் கிடைக்காது போனது.

இல்லத்திற்குச் சென்றதும் அவள் கடிதத்தைப் பிரிக்க.. தனது குடும்பத்தைப் பற்றிச் சுருக்கமாய் எழுதியிருந்த சீனு, மன விருப்பத்தையும் குறிப்பிட்டிருந்தான்.

பரமிக்குத்தான் ஒன்றும் புரியவில்லை. அவனைப் பிடித்திருந்தது, ஆனால் 'எதுவும் தெரியாமல் ஒருவரை எப்படி விரும்ப முடியும்?' என்ற கேள்வி எழ, குழப்பத்துடன் இருந்தாள்.

இதற்கிடையே அவளின் பெற்றோர் வந்து மகளைச் சமாதானம் செய்து அழைத்துச் சென்றுவிட, சீனிவாசனுக்கான பதில் கிடைக்காமலேயே போனது.

பரமியைக் காண முடியாததால்.. 'அவளுக்குத் தன்னிடம் விருப்பம் இல்லை!' என்றெண்ணி, தன் மனதை மாற்றும் முயற்சியில் இறங்கினான் சீனு.

ஆறு மாதங்கள் கழித்து மீண்டும் மாமா வீட்டிற்கு வந்தவள்.. அவரிடம் அடம்பிடித்து, நியாய விலைக் கடைக்கும் வந்தாள். ஆனால் சீனுவைத்தான் அவளால் பார்க்க முடியவில்லை.

* * *

கண்ணன் பனிரெண்டாம் வகுப்பில் தேறிவிட.. 'அவனைக் கல்லூரிக்கு அனுப்பிப் பேராசியர்களின் நிலையைப் பரிதாபத்திற்கு உள்ளாக்க வேண்டாம்!' என்று எண்ணி, தம்பியின் படிப்பிற்கு முற்றுப்புள்ளி வைத்தான் பெரியவன்.

தமையனுடன் இணைந்து வயலில் வேலை செய்தவனுக்கு அதில் பிடித்தமில்லாது போக.. தனக்கான பணியாய், தரை ஓடுகள் பதிக்கும் வேலையைத் தேடிக் கொண்டான் கண்ணன்.

எண்பது வயதை நெருங்கிக் கொண்டிருந்த பாண்டியம்மாவிற்கு.. பெயரன்களுக்கு என்று நல் வாழ்க்கைத் துணையை அமைத்துத் தருவது மட்டுமே, குறிக்கோளாய் இருந்தது.

அதனால் தான் சீனுவின் விருப்பத்தை அறிந்ததும், உடனடியாக அதற்குப் பச்சைக் கொடியும் காட்டினார். சூழல் மாறுபாடாய் அமைந்துவிட, அவரின் எண்ணம் கைசேராமல் நாட்களும் நகர்ந்து கொண்டிருந்தது.

கடைக்குச் சென்றால் சீனுவிற்குப் பரமியின் நினைவு வரும் என்பதால், அந்தப் பணியை இளைய பெயரனிடம் ஒப்படைத்திருந்தார் பெரியவர். அதன்படி அன்று கடைக்குச் சென்ற கண்ணன்.. அவளைக் கண்டதும், பொருட்களை வாங்காமல் உடனடியாய் வீட்டிற்குத் திரும்பி தமையனிடம் உரைத்துவிட்டான்.

மூளை 'வேண்டாம், செல்லாதே!' என எச்சரித்த பின்பும், மனம் அதைக் கேளாது அவளைக்

காண்பதற்காகத் தவித்தது.

'ஒரே ஒருமுறை பேசிவிட்டு வரலாம்!' எனத் தன்னைத்தானே சமாதானம் செய்து கொண்ட சீனு, மறுநாளே அவளைக் காண்பதற்காகச் சென்றான்.

வரிசையில் நின்று பொருட்களை வாங்கிக் கொண்டவனிடம் ரசீதை வழங்கி, "ஏன் இந்த ஒருவாரமா கடைக்கு வரல?" என்றாள் பரமி.

அவன் குழப்பத்துடன் பார்க்க, கையில் ஒரு கடிதத்தைத் திணித்தவள்.. மற்றவர்களின் புறம் கவனத்தைத் திருப்பினாள்.

சீனு தனியே வந்து காகிதத்தைப் பிரித்தான். தான் ஊருக்குச் சென்றிருந்த விபரத்தை உரைத்திருந்தவள்.. தனக்கும் அவனைப் பிடித்திருப்பதாகவும், ஆனால் பெற்றவர்களை எண்ணி பயமாக இருப்பதாய்த் தெரிவித்திருந்தாள்.

இதற்கு மேல் அமைதியாய் இருப்பது சரிவராது என்றெண்ணியவன்.. உடனடியாய்ச் சென்று பாண்டியம்மாவிடம் அனைத்தையும் உரைத்தான்.

பெயரனின் விருப்பத்தை நிறைவேற்ற எண்ணியவர், அடுத்த இரண்டு நாட்களில் பரமியின் மாமா வீட்டிற்குப் பெண் கேட்டுச் சென்றார்.

சம்மந்தம் பேச வந்திருப்பவர்களை.. அவர்கள் அதிர்ச்சியுடன் எதிர்கொள்ள, தனது குடும்ப விபரங்களை ஒன்றுவிடாமல் உரைத்தார்.

பின், "அய்யா ஊரு ஆயிரம் சொல்லும்! ஆனா நானு சொல்லுறேன்.. என்னோட மருமக காமாட்சி அப்பழுக்கு இல்லாதவ. தன்னோட மாமனை மனசுல நினைச்சிக்கிட்டு இருந்தா தான். ஆனா கட்டுன புருசனுக்கும், கழுத்துல இருந்த தாலிக்கும் துரோகம் நினைக்காதவ!

என்னோட பேரப் புள்ளைங்களைப் பத்தி நீங்களே ஊருக்குள்ள விசாரிச்சிப் பாருங்க. எவராவது ஒத்த வார்த்தை மாத்திச் சொன்னாலும், நீங்க பொண்ணைக் கொடுக்க வேண்டாம்!" என்றவர், அவ்வளவு தான் பேச்சு

முடிந்தது என்பது போல் கிளம்பி விட்டார்.

பரமியும்.. சீனுவின் மீதான தன் விருப்பத்தைத் தெரிவித்து, மாமா மற்றும் பெற்றவர்களிடம் பிடிவாதம் பிடிக்க, தங்களது வீட்டுப் பெண்ணிற்காகச் சம்மதம் தெரிவித்தனர் பெரியவர்கள்.

அடுத்த ஒரு மாதத்திலேயே சீனு மற்றும் பரமியின் திருமணம் நன்முறையில் நடந்தேறியது.

பெயரனின் மனைவியைத் தங்களது இல்லத்திற்கு வரவேற்ற பாண்டியம்மா.. கடவுளின் புகைப்படம் என்று எதுவும் அற்று, ஒரே ஒரு நைந்த புடவையுடன் அகல் விளக்கு மட்டுமே இருந்த பூஜை அறையில் விளக்கேற்ற வைத்தார்.

புகுந்த வீட்டின் வித்தியாசமான நடைமுறையினைக் குழப்பத்துடன் ஏற்றவள், பெரியவரின் சொல்படியே நடந்து கொண்டாள்.

இரவின் தனிமையில் பரமி கணவனிடம் அதைப்பற்றி விசாரிக்க, "அது எங்க அம்மாவோட சேலை!" என்றான் சீனு.

"ஏன் அப்படி? சாமி படம் எல்லாம் வச்சு விளக்கேத்த மாட்டீங்களா நீங்க..?"

"தெரியல.. எங்களுக்கு விபரம் தெரிஞ்ச நாளுல இருந்தே இப்படித்தான்!"

"அதுசரி! உங்க அம்மாவோட படத்தைத் தனியா வச்சுக் கும்பிடலாம்ல? ஏன் சாமி அறையில வச்சிருக்கீங்க..?"

"அம்மாவோட படம் எதுவுமே இல்ல பரமி. அவங்க இறந்ததுக்குப் பொறவுல, ஒருநாள் வீடு மொத்தமும் நெருப்புப் பிடிச்சுக்கிச்சு. அது தெரியாம தூங்கிக்கிட்டு இருந்த ஆச்சியை, அம்மாவோட குரல்தான் எழுப்பினதா சொல்லுவாங்க.

அதுல வீட்டுல இருந்த எல்லாமே மொத்தமா எரிஞ்சுப் போச்சு. எங்க மூணு பேரு உசுரைக் காப்பாத்துன சாமின்னு சொல்லி, அம்மாவைத்தான் அன்னையில

இருந்து கும்பிட்டுக்கிட்டு இருக்கோம்.

அந்தச் சேலை, எட்டு மாசக் குழந்தையா இருந்த கண்ணனைச் சுத்தி வச்சிருந்தது. அதுவும் கூடப் பாதி எரிஞ்சிடுச்சு. அம்மாவோட நினைப்பா எங்கக்கிட்ட இருக்கிறது, அது ஒண்ணு மட்டும் தான்!"

"ஹோ.. உங்களுக்கு உங்க அம்மாவை ரொம்பப் பிடிக்குமா..?"

"தெரியல.. அம்மா முகமே ஞாபகம் இல்ல. எனக்கும், கண்ணனுக்கும் தெரிஞ்சது எல்லாம் எங்க ஆச்சி மட்டும் தான்!" எனச் சிரித்தவனின் உணர்வுகளைப் புரிந்து கொண்டு, அவர்களது வாழ்க்கை முறையை ஏற்றுக் கொண்டாள் பரமி.

நாட்கள் நகர்ந்தது. சீனுவின் திருமண வாழ்வும் இனிமையானதாய்த் தொடர்ந்தது. இளையவர்களை அவர்களது விருப்பத்திற்கே விட்டுவிட்டு, வெறும் பார்வையாளராய் மட்டுமே ஒதுங்கிக் கொண்டார் பாண்டியம்மா.

அடுத்தச் சில மாதங்களிலேயே பரமியின் பெண்மை சூல் கொள்ள, பெரியவரின் மகிழ்ச்சிக்கு எல்லை என்ற ஒன்றே இல்லாமல் போனது! ஆனால் அந்த மகிழ்ச்சி நீடிக்காமல், ஆறாம் மாதம் நடந்த நிகழ்வு ஒன்று அவர்களது வாழ்வினையே புரட்டிப் போட்டது.

பிறந்த வீட்டிற்கு மனைவியை அழைத்துச் சென்றுவிட்டுத் திரும்புகையில், சீனுவும் பரமியும் பயணம் செய்த பேருந்து விபத்துக்கு உள்ளாகிவிட.. மூன்று உயிர்களும் பிழைத்து வருவதே பெரும் பாடானது.

அறிவியல் வளர்ச்சி ஆரம்பப் படிகளில் ஏறிக் கொண்டிருந்த காலம் என்பதால், வயிற்றிற்குள் இருந்த சிசுவின் நிலையை முழுமையாக அறிந்து கொள்ள முடியவில்லை.

குடும்பத்தார் ஒவ்வொரு நாளையும் பயத்துடனும் வேதனையுடனும், குழந்தை நன்முறையில் வெளிவர வேண்டும் என்ற வேண்டுதலுடன் கடத்தினர்.

பிரசவ நாள் நெருங்க நெருங்க மற்ற அனைவரையும் விட.. பாண்டியம்மாள் மனதிற்குள்ளேயே குமைந்து போனார். இளமை காலத்தில் இருந்த வலிமை.. தற்போது அவருக்கு உடலிலும் சரி, மனதிலும் சரி இல்லாமல் போனது. பயத்துடனே ஒவ்வொரு நொடியினையும் நகர்த்தினார், கொள்ளுப் பெயரனின் (பெயர்த்தியின்) வரவிற்காக!

பிரசவ நாளும் நெருங்கிக் கொண்டிருக்க.. மருத்துவர் குறித்துக் கொடுத்த நாளிற்கு முன்னதாகவே பரமிக்கு இடுப்பு வலி வந்துவிட, மருத்துவமனையில் சேர்த்துவிட்டு குடும்பத்தினர் பதற்றத்துடன் வெளியில் காத்திருந்தனர்.

குழந்தையின் தலை திரும்பவில்லை. ஆனால் கருப்பை வாய் திறந்து குருதி வெளியேறத் துவங்கிவிட்டது. கவலையும் பயமுமாய் இருந்த பெயரனின் முகத்தைக் காணச் சகியாது, தான் மட்டுமாய் இல்லத்திற்கு வந்துவிட்டார் பாண்டியம்மா.

பத்து மணி நேரத்திற்கும் மேலாகக் கடந்திருந்தது. தாய் சேய் இருவரையும் காப்பாற்றப் போராடிக் கொண்டிருந்தனர் மருத்துவர்கள். கண்ணன்.. பரமியின் நிலையை அவ்வப்போது வீட்டிற்கு வந்து, ஆச்சியிடம் பகிர்ந்துவிட்டுச் சென்றான்.

மனம் பதைபதைக்க.. உடல் நடுங்க படுக்கையில் படுத்தபடி கண்மூடி, தான் உயிர்காக்கும் கடவுளாய் நினைக்கும் மருமகள் காமாட்சியிடம்.. இரு உயிர்களையும் காப்பாற்றித் தரும்படி வேண்டிக் கொண்டிருந்தார் பாண்டியம்மா.

பத்தொன்பது வருடங்களுக்குப் பின் மீண்டும் அந்த அழைப்பு.

"அய்த்த!" என்றவாறு காமாட்சி சிரித்தாள் அவரது மனக்கண்ணில்.

"ஆத்தா.. காமாட்சி.." எனப் பதிலுக்கு உரைத்தவரின் ஒலி, தொண்டையை விட்டு வெளியேற வில்லை.

"ஏன் அய்த்த பயப்புடுறீங்க? ரெண்டு உசுரும் பத்திரமா வீடு வந்து சேர்ந்திடும்! நீங்க இருந்து செஞ்சது போதும், வாங்க!" என்றழைத்தாள்.

"பெரியவனுக்கு ஒரு துணை இருக்கு. சின்னவனுக்கும் ஒரு வழி தேடிக் கொடுத்திட்டு வர்றேனே..?" என அவர் மானசீகமாய் வினவ, "அதான் பெரியவன் இருக்கியான்ல? அவன் பார்த்துக்கிடுவான் கூடப் பிறந்தவனை!" என்று மறுமொழி வர, பட்டென்று இமைகளைப் பிரித்தார்.

சட்டென்று விழியோரம் உவர்நீர் வெளியேறியது. எழுந்து அமர்ந்து புடவைத் தலைப்பால் அதைத் துடைத்துக் கொண்டவர், சிறிது நீரை அருந்தி தனது மனதை சமநிலைக்குக் கொண்டு வந்தார்.

மெல்ல எழுந்து நடக்கத் துவங்கியவரின் கால்கள் அனிச்சையாய், காமாட்சியின் பிறந்த ஊரை நோக்கிச் சென்றது. எல்லையில் இருந்த ஆலமரத்தைக் கலங்கிய கண்களோடு பார்த்தவர், அதன் அடியில் அமர்ந்து தலைசாய்த்துக் கொண்டார்.

சில்லென்று வீசிய தென்றலில் நடந்து வந்த சோர்வு மறைந்து, உடலும் மனமும் எதையோ சுகமாய் உணர்ந்தது. அனிச்சையாய்ப் புன்னகை மலர, கண்களை மூடினார் பாண்டியம்மா.

குழந்தை பிறந்த செய்தியை ஆச்சியிடம் உரைப்பதற்காக வந்த கண்ணன், அவரைக் காணாது ஊரெல்லாம் தேடிவிட்டு.. இறுதியில் அவரது தனிமையின் இடமான ஆலமரத்தை வந்தடைந்தான்.

"ஆச்சி.. இங்கன என்ன செய்யிற? அண்ணிக்கு பிள்ள பிறந்திடுச்சு ஆச்சி. பொம்பளைப் பிள்ள, ரெண்டு பேரும் நல்லா இருக்காங்க. அண்ணே உன்னைய ஆஸ்பத்திரிக்குக் கூட்டிட்டு வரச் சொல்லுச்சு. வா போவலாம்!" என்றபடி அருகே ஓடிவந்து கீழே அமர்ந்து அவரின் கையைத் தொட, பெயரனின் தோளில் உணர்வற்றுச் சரிந்தார் பாண்டியம்மா.

"ஆச்சி.. ஆச்சி.." என்றவனுக்கு அடுத்தச் சொல் வரவில்லை குரல்வளையில் இருந்து. கண்களில் இருந்து நீர் வெளியேறத் துவங்கியது.

* * *

பதினைந்து ஆண்டுகளுக்குப் பின்..

சகோதரர்கள் இருவரின் குடும்பத்தினரும் ஒன்றாய்க் கூடியிருந்தனர். சீனிவாசனின் மூத்த மகளின் பிறந்தநாள் கொண்டாட்டத்தோடு, பாண்டியம்மாவின் நினைவு நாளையும் கொண்டாடுவதற்கு.

பிறந்தநாள் மங்கைக்குப் பாண்டி மீனாட்சி எனப் பெயரிடப்பட்டிருக்க, அவளுக்குப் பின் பிறந்த இரு ஆண் பிள்ளைகளுக்கும்.. செல்வபாண்டி, ராஜபாண்டி என்று பெயர் தேர்வு செய்திருந்தான் சீனிவாசன்.

பூஜை அறையில் காமாட்சியின் புடவையோடு, பாண்டியம்மாவின் புடவையும் இணைந்திருந்தது. முன்பிருந்த அகல் விளக்கோடு, அதைவிடச் சற்றே பெரிய அளவிலான இன்னொரு விளக்கும் இடம் பெற்றிருந்தது.

தலைவாழை இலை விரித்து.. இனிப்பு மற்றும் இன்னபிற உணவு வகைகளை அதில் அடுக்கி, இரு குடும்பத்தாரும் வணங்கிக் கொண்டனர்.

கண்ணனின் ஏழு வயது மகன் வீரபாண்டி.. தந்தையிடம், "அந்தச் சேலை யாரோடது ப்பா..?" என வினவ.. குலதெய்வமான தன் ஆச்சியின் கதையைச் சொல்லத் துவங்கினான்.

தம்பியுடன் இணைந்து அவனது தமக்கை பாண்டிச் செல்வியும், பெரியவனது மூன்று பிள்ளைகளும்.. கண்ணனின் அருகே அமர்ந்து கதைக் கேட்கத் தயாராகினர்.

◆ *முற்றும்* ◆